அள்ள அள்ளப் பணம் 6

மியூச்சுவல் ஃபண்ட்

பரஸ்பர நிதிகள் குறித்து அனைத்தும்

டாக்டர் **சோம. வள்ளியப்பன்**

பங்குச்சந்தை வர்த்தகம், பொருளாதாரம், உணர்வு மேலாண்மை, சுயமுன்னேற்றம், நிர்வாகவியல், மனித வள மேம்பாடு, நிதி நிர்வாகம் உள்ளிட்ட துறைகளில் பல புகழ்பெற்ற நூல்களை எழுதியவர். துறைகள் சார்ந்த செழிப்பான அனுபவமும் நிபுணத்துவமும் கொண்டிருக்கும் இவர் தொலைக்காட்சி மற்றும் பத்திரிகைத்துறை ஊடகங்களில் தொடர்ந்து இயங்கிவருகிறார். Emotional Intelligence-ல் ஆய்வுசெய்து சென்னை பல்கலைக்கழகத்தில் PhD. பட்டம் பெற்றவர். சொற்பொழிவுகள் மற்றும் பயிற்சி வகுப்புகள் மூலம் பல ஆயிரக் கணக்கான மக்களுடன் தொடர்ந்து உரையாடி வருபவர்.

அள்ள அள்ளப் பணம்

புத்தக வரிசை

பங்குச்சந்தை அடிப்படைகள்

பங்குச்சந்தை அனாலிசிஸ்

ஃபியூச்சர்ஸ் அண்ட் ஆப்ஷன்ஸ்

போர்ட்ஃபோலியோ முதலீடுகள்

டிரேடிங்

*

மியூச்சுவல் ஃபண்ட்

தங்கம், வெள்ளி, பிட்காயின்

இன்சூரன்ஸ்

கடன்

அள்ள அள்ளப் பணம் 6

மியூச்சுவல் ஃபண்ட்

பரஸ்பரநிதிகள் குறித்து அனைத்தும்

சோம. வள்ளியப்பன்

கிழக்கு

அள்ள அள்ளப் பணம் 6 - மியூச்சுவல் ஃபண்ட்

Alla Alla Panam 6 - Mutual Fund

Kizhakku First Edition: January 2020

136 Pages

Printed in India.

ISBN 978-93-5135-039-2

Kizhakku 1188

Kizhakku Pathippagam

177/103, First Floor, Ambal's Building, Lloyds Road,
Royapettah, Chennai - 600 014. Ph: +91-44-4200-9603
Email : support@nhm.in Website : www.nhm.in

kizhakkupathippagam kizhakku_nhm

Author's Email: writersomavalliappan@gmail.com
baluvalliappan5@gmail.com

Author's Website : www.writersomavalliappan.in

www.facebook.comsoma.valliappan

www.youtube.com/soma.valliappan

Kizhakku Pathippagam is an imprint of New Horizon Media Private Limited

பங்கு சந்தை நிபுணர், நண்பர்,
காரைக்குடி வ.நாகப்பன் அவர்களுக்கு

உள்ளே

முன்னுரை

எல்லோருக்கும் தேவைகள் இருக்கின்றன. விலைவாசி உயர்வால் செலவு தொடர்ந்து அதிகரித்துக் கொண்டே போகிறது. அதனால், பணத்தை சம்பாதிப்பது, சேமிப்பது தவிர, சேமிக்கும் பணத்தைப் பெருகக்கூடிய வகையில் முதலீடு செய்ய வேண்டியது அவசியமாகிறது.

முதலீட்டுக்கான வழிகளில் தங்கம் வாங்குவது, வீடு, நிலம் போன்ற சொத்துகள் வாங்குவது என்பவை காலங்காலமாக இருந்து வருபவை. அவை 'பிசிக்கல் அசெட்ஸ்'. அவற்றைத் தவிர, பங்குகள், வங்கி வைப்புகள் மற்றும் கடன் பத்திரங்கள் என்ற நிதி சார்ந்த முதலீடுகள் கடந்த சில பத்தாண்டுகளாக நடுத்தர வசதிகொண்ட மக்களிடமும் பிரபலமாகி வருகின்றன.

நிதி சார்ந்த முதலீடுகளில் பேங்க் டெப்பாசிட்ஸ் எனப்படும் வங்கி வைப்புகள் எளிமையானவை; புரிந்து கொள்வதில் சிரமம் இருக்காது. அவற்றில் முதலீடு செய்வதும், தேவைப்படும்போது போட்ட பணத்தை திரும்ப எடுப்பதும் சுலபம். ஆனால், வேறு சில முதலீட்டு வாய்ப்புகளுடன் ஒப்பிடும்போது வங்கி வைப்புகள் தரும் வருமானம் குறைவு.

கொஞ்சம் ரிஸ்க் எடுத்தாலும் பரவாயில்லை; கூடுதலாகச் சம்பாதிக்க வேண்டும் என்று நினைப்பவர்கள், அதற்கான வயது இருப்பவர்கள், அவை குறித்த விவரம் தெரிந்தவர்கள், கம்பெனிகளின் டெப்பாசிட்டுகள், டிபென்சர்கள் போன்றவற்றில் முதலீடு செய்கிறார்கள். அவற்றில் சில ஓரளவு நஷ்டமும் ஆகிறது.

இன்னும் அதிக வருமானத்துக்கு ஆசைப்படுபவர்கள், நேரடியாக பங்குச் சந்தையில் இறங்கிவிடுகிறார்கள். சரியாகத் தேர்வு செய்து, திறமையாக வாங்கி விற்றால், பங்குகளில் 100, 200 சதவிகித லாபம்கூட சாத்தியம். இது புள்ளிவிவரங்களைப் பார்த்தால் தெரிகிறது. ஆனால், எல்லோராலும் அப்படிச் செய்யமுடிவதில்லை. பங்குச் சந்தை வர்த்தகத்தைச் சரியாகச் செய்பவர் மிகச் சிலரே. பெரும் பாலானவர்களுக்கு அதிலும் நஷ்டம்தான்.

ரிஸ்க் கொஞ்சம்தான். ஆனால், நிச்சயம் வங்கி வட்டியைக் காட்டிலும் இரண்டு மூன்று சதவிகிதம் கூடுதல் வருமான வாய்ப்பு தருகிற கடன் பத்திரங்கள் எப்படி? அவை தரும் வாய்ப்பு சிறப்பானதுதான். ஆனால், எல்லோராலும் அவற்றைத் தெரிந்துகொண்டு சரியாக முதலீடு செய்ய முடியவில்லை. சரியானவற்றைத் தேர்வு செய்வதும் அவை கிடைக்கு மிடங்களைக் கண்டுபிடித்து வாங்குவதும், சரியான நேரத்தில் அவற்றை விற்பதும் படித்தவர்களுக்கே சவாலாக இருக்கிறது. அவற்றில் அப்படி ஒரு சிக்கல்.

ஆனாலும், வங்கி டெப்பாசிட்டுகள்தான் என்று இருக்கவேண்டிய அவசியமில்லை. சரியாகச் செய்தால், செய்யும் முதலீட்டுக்குக் கூடுதல் வருமானம் தரக்கூடியனவாக பங்குகள் மற்றும் கடன் பத்திரங்கள் இருக்கின்றன என்பது தெரிகிறது. ஆனாலும் அதை சரியாகச் செய்வது எப்படி என்று தெரியவில்லையே என்கிற கேள்வி வரலாம்.

அதிகம் தெரியாதவர்களும் அந்தப் பலன்களைப் பெறுவதற்கு தெரிந்தவர்கள் உதவ ஏற்பாடுகள் இருக்கின்றன. அப்படிப்பட்ட உதவி இலவசம் இல்லை. கட்டணம் வாங்கி அப்படிப்பட்ட உதவிகளைச் செய்கிறார்கள்.

அந்த ஏற்பாடுகளின் பெயர் பரஸ்பர நிதிகள். மியூச்சுவல் ஃபண்ட்ஸ்.

பங்குகள், கடன் பத்திரங்கள் மட்டுமல்ல. தங்கம், ரியல் எஸ்டேட் போன்றவற்றில் முதலீடு செய்வதையும் எளிமையாக்கித் தந்திருப்பவை பரஸ்பர நிதிகள். தங்கம், ரியல் எஸ்டேட் எல்லாம்கூட எங்களுக்கே தெரியும். பங்குகளும் கடன்பத்திரங்களும்தான் பெரும் சவாலாக இருக்கின்றன என்று நினைப்பவர்கள் அதிகம்.

பலருக்கும் கைவராத பங்குகள், கடன் பத்திரங்கள் இவற்றில் முதலீடு செய்வது எப்படி, எந்த அளவுகளில் முதலீடு, எப்போது வெளியேறுவது என்பது எல்லாம் சரியாகச் செய்யவல்ல வல்லுநர்களை வைத்து அதில் உள்ள ரிஸ்கைக் குறைத்து, வாய்ப்புகளைச் சரியாகப் பயன்படுத்தி, கூடுதல் வருமானம் பெறும் வாய்ப்பை உருவாக்கித்தர முயற்சி செய்பவை பரஸ்பர நிதிகள்.

ஒருவர் ஆள் வைத்துத் தன் வியாபாரத்தைப் பார்ப்பதுபோல, பலர் ஒன்று சேர்ந்து ஆள் வைத்து முதலீடு செய்து, லாபம் பார்க்கும் வசதியைத் தருவது பரஸ்பர நிதிகள்.

அந்தப் பெரிய பிரிவுகள் ஒவ்வொன்றிலும் முதலீட்டாளர்களின் தேவைகளை யோசித்து, அதற்கு ஏற்ப பல்வேறு வகையான திட்டங்களை பரஸ்பர நிதிகள் உருவாக்கித் தருகின்றன.

இவற்றையெல்லாம் ஏன் யாரோ அல்லது எந்த ஒரு நிறுவனமும் சாதாரண முதலீட்டாளர்களுக்காக செய்கிறார்கள்? அவர்களுக்கு என்ன லாபம்? என்று கேட்கலாம். இவற்றுக்காக அவர்கள் கையாளும் தொகையில் குறிப்பிட்ட சதவீதம் வரை செலவுகளுக்கு என்று எடுத்துக்கொள்ளலாம். அதற்கு அரசின் வழிகாட்டு மற்றும் நெறிப்படுத்தும் ஆணையமான செபி அனுமதி அளித்திருக்கிறது. அந்தத் தொகையை அவர்கள் சேவைக் கட்டணமாக எடுத்துக்கொள் கிறார்கள். அந்தத் தொகையிலிருந்துதான் பரஸ்பர நிதி நடத்தும் நிறுவனத்துக்கான லாபம், மேலாளர்கள் ஊதியம், தரகு கமிஷன் எல்லாம் கொடுக்கப்படுகின்றன.

தற்போது இந்தியாவில் நாற்பத்தி நான்கு Fund houses இருக்கிறார்கள். அவர்கள் நடத்தும் சில ஆயிரம் திட்டங்கள் இருக்கின்றன. இவை அனைத்தும் சேர்ந்து சுமார் 25 லட்சம் கோடி ரூபாய் பணத்தை சந்தைகளில் முதலீடு செய்து நிர்வாகம் செய்து கொண்டிருக்கிறார்கள். அது அவர்களது 'அசெட்ஸ் அண்டர் மேனேஜ்மெண்ட்' (AUM). அந்த மொத்தத் தொகையில் ஒரு சதவீதம் என்பது 25 ஆயிரம் கோடி ரூபாய். இரண்டு சதவீதம் என்றால் 50 ஆயிரம் கோடி ரூபாய். இரண்டு இரண்டரை சதவிகிதம் அளவு ஒவ்வொரு ஆண்டும் அவர்கள் எடுத்துக்கொள்ளும் இந்தப் பணம்தான் அனைத்து நிதிகளும் சேர்ந்து செலவுக்காக எடுத்துக்கொள்ளும் ஒரு ஆண்டு தொகை.

அது போகட்டும்; முதலீட்டாளர்களுக்கு அவர்களே நேரடியாகச் செய்வதைக் காட்டிலும் அதிக லாபம் ஈட்டித் தந்தால் சரிதான். சில நிறுவனங்கள் லாபம் செய்கிறார்கள். சில நிறுவனங்கள் நஷ்டம் செய்கிறார்கள்.

இந்த விவரங்களை எல்லாம் புத்தகத்தின் உள்ளே பார்ப்போம்.

பரஸ்பர நிதிகள் என்றால் என்ன அவை எப்படி இயங்குகின்றன? அதில் என்னென்ன வகைகள் உள்ளன? எது யாருக்கு ஏற்றது? என்பது போன்ற பல அடிப்படை விஷயங்களையும் பல ஆண்டுகளாக பரஸ்பர நிதியில் முதலீடு செய்து வந்தபோதும் தெரிந்துகொள்ளாமல்

இருப்பவர்கள் பலர். தவிர, பரஸ்பர நிதிகளில் இருக்கும் SIP பற்றி ஓரளவு நபர்களுக்கு தெரிந்திருக்கலாம். கூடவே STP மற்றும் SWP போன்ற வாய்ப்புகள் இருப்பதும் தெரியாமல் பலர் இருக்கிறார்கள்.

மேலும், மன்திலி இன்கம் பிளான், பிக்செட் மெச்சூரிட்டி பிளான் (FMP) போன்ற திட்டங்கள், பரஸ்பர நிதிகளுக்கும் மற்ற முதலீட்டு வாய்ப்புகளான யூலிப், பங்குகள்- டைரக்ட் ஈக்விட்டி மற்றும் கடன் பத்திரங்களும் இருக்கும் வேறுபாடுகள் போன்றவற்றைப் பற்றியும் நிறையத் தெரிந்துகொள்ளவேண்டியிருக்கிறது.

இப்படி பரஸ்பர நிதிகள் குறித்தும் அவற்றுடன் தொடர்பான பல்வேறு விஷயங்கள் குறித்தும் இந்தப் புத்தகத்தில் எழுதியிருக்கிறேன்.

'அள்ள அள்ள பணம்' வரிசையில் ஆறாவது புத்தகமாக வந்து சேர்ந்திருக்கிறது இந்த மியூச்சுவல் ஃபண்ட் - பரஸ்பர நிதி.

இப்போது இந்தப் புத்தகம் வருவது சரியான நேரம்தான். காரணம், 2017-18 களில்தான் பரஸ்பர நிதியின் மீது சாதாரண மக்களுக்கும் நடுத்தர வர்க்கத்துக்கும் மிகப் பெரிய ஈர்ப்பு உண்டாகி இருக்கிறது. முன்னெப்போதும் இல்லாத அளவாக பரஸ்பர நிதிகளில் ரூபாய் 25 லட்சம் கோடி ரூபாய் புழங்கிக் கொண்டிருக்கிறது. மாதா மாதம் எட்டாயிரம் கோடி ரூபாய் எஸ்.ஐ.பி மூலம் தொடர்ந்து பரஸ்பர நிதிகளுக்கு வந்துகொண்டிருக்கிறது.

பலரும் சொல்கிறார்கள், 'மியூட்சுவல் பண்டுகள் சகியே' என்று விளம்பரங்கள் சொல்லிக்கொண்டேயிருக்கின்றன என்று இதைப் பற்றி ஏதும் தெரிந்துகொள்ளாமலே புதியவர்கள் உள்ளே நுழைந்து கையைச் சுட்டுக் கொள்ளும் ஆபத்தும் இருக்கிறது. அதன் காரணமாகவே பரஸ்பர நிதி பற்றிய இந்தப் புத்தகம் முக்கியமானதாகிறது.

ஏனைய 'அள்ள அள்ள பணம்' புத்தக முன்னுரைகளில் சொல்லியதையே இங்கும் சொல்கிறேன். இந்தப் புத்தகம் குறித்த கருத்துகளை writertsomavalliappan@gmail.com என்ற மின்னஞ்சலுக்கு எழுதுங்கள்.

வாழ்த்துகள்!

09.11.2019

சோம வள்ளியப்பன்
அபிராமபுரம்

1. எதில் முதலீடு செய்ய?

என்னுடைய நெருங்கிய உறவினர் ஒருவர் பதினைந்து, இருபது ஆண்டுகளுக்கு முன்னால் அப்பாவித்தனமாய் என்னிடம் கேட்டது இன்றும் எனக்கு பெரும் வியப்பாக இருக்கிறது. இறைவன் சிலரைத்தான் எவ்வளவு நல்ல நிலையில் வைத்திருக்கிறார் என்றும் நினைக்க வைத்தது. அவர் கேட்ட அந்தக் கேள்வி என்ன தெரியுமா?

'பணத்தை எதில போடுவதென்றே தெரியவில்லை. எவ்வளவு பிக்செட் டெப்பாசிட் தான் போடுவது?'

நல்ல நிறுவனத்தில், ஓர் உயர்ந்த பதவியில் இருந்த அவருக்கு தொடர்ந்து கணிசமான அளவு சம்பளம் வந்து கொண்டிருந்தது. ஓரளவு மட்டுமே செலவு செய்யக்கூடிய அவர், மீதப் பணத்தை தொடர்ந்து மாதாமாதம் வங்கியில் பிக்செட் டெப்பாசிட்டில் போட்டு வந்திருக்கிறார். ஒரு அளவுக்கு மேல் அவருக்கே சலித்துவிட்டது போலும். பணத்தை வேறு எதில் முதலீடு செய்யலாம் என்பதைத்தான் அவ்வாறு கேட்டார்.

இது ஒருவருடைய கேள்வி. இது ஒருபுறம் இருக்கட்டும்.

அடுத்து, என்னிடம் வேறொருவர் கேட்ட கேள்வியும் இங்கே குறிப்பிடத்தக்கது. இரண்டு ஆண்டுகளுக்கு முன்பு, சென்னை அண்ணா நூலகம் நடத்தும் பொன்மாலைப்பொழுது நிகழ்ச்சியில் பேசினேன். அங்கு வந்திருந்த வாசகர் ஒருவர் கூட்டம் முடிந்ததும் என்னிடம் ஒரு கேள்வி கேட்டார்.

'எனக்கு ஓரளவு வருமானம் வருகிறது. ஆனால், எதிர்காலம் குறித்த அச்சம் இருக்கிறது. சேமிக்க வேண்டும் என்று தெரிகிறது. என்னால்

ஓரளவுதான் சேமிக்க முடியும். நான் எதில் சேமிக்கலாம்? பங்குச் சந்தை போன்ற ஆபத்தான விஷயங்களில் ஈடுபட நான் விரும்பவில்லை'.

வேலைக்குப் போய் சம்பாதித்துக்கொண்டிருந்த அவருக்கும், மேலே பார்த்த முதல் கேள்வி கேட்ட உறவினருக்கும் நான் சொல்லிய தீர்வு, ஒன்றுதான் : நீங்கள் மாதா மாதம் 'விருப்ப சேமநிதி நலநிதி'யில் பணம் போடலாம்.

என்னுடைய உறவினர் ஏற்கனவே 'விருப்ப சேமநிதி நலநிதி'யிலும் பணம் போட்டு கொண்டிருந்திருக்கிறார். ஆனால், கேள்வி கேட்ட வாசகருக்கு 'விருப்ப சேமநிதி நலநிதி' பற்றித் தெரிந்திருக்கவில்லை

அவருக்கு எடுத்துச் சொன்னேன். உங்கள் நிறுவனம் உங்களுக்காக கட்டுகிற சேமநல நிதி உடன் கூடுதலாக நீங்கள் இன்னொரு ஆயிரம் ரூபாய் சேமியுங்கள் என்று.

சேம நல நிதி - PF

சேமநல நிதி பற்றி தெரிந்திருக்கலாம். பிராவிடெண்ட் ஃபண்ட் என்பதை, பி.எப் என்று சுருக்கமாக அழைப்பதைத்தான் தமிழில் சேமநல நிதி என்கிறோம்.

வேலைக்கு போய் சம்பளம் வாங்குபவர்களுக்கு அவர்களுடைய அடிப்படை மற்றும் பஞ்சப்படி (பேசிக் + டி.ஏ) தொகைகளில் 12 சதவீதம் பிடித்தம் செய்யப்பட்டு, அதேபோன்று மற்றொரு 12 சதவீதப் பணம் நிறுவனத்தால், நிறுவனத்தின் பங்காக சேர்க்கப்பட்டு, ஒருவருடைய Earned basic + DA யிலிருந்து மொத்தம் 24% சேமிப்பாக, அவர்களது சேம நலநிதி கணக்கில் வரவு வைக்கப்படும். இப்படியாக ஒவ்வொரு மாத சம்பளத்திலிருந்தும், பி.எப் கணக்குக்குப் போய்ச் சேரும்.

நிறுவனம் கொடுக்கும் 12 % தொகையிலிருந்து 8.33% ஊழியரின் பென்ஷன் திட்டத்துக்காக ஒதுக்கப்படும். மீதம் அவருடைய பி.எப் கணக்கிலேயே சேமிப்பாகத் தொடரும்.

இப்படி ஊழியரும் அவருடைய நிறுவனமும் கட்டும் தொகைகளுக்கு செக்ஷன் 80 சி யின் கீழ் வருமான வரி விலக்கு தரப்படுகிறது. தவிர, அந்த சேமிப்புக்குக் கிடைக்கும் வட்டிப் பணத்துக்கும் வருமான வரி விலக்கு தரப்படுகிறது. மேலும் ஒருவர் ஐந்து ஆண்டுகளுக்குப் பின், வேலைக்குப் போகாமல் இருந்தால் அல்லது பணி ஓய்வின் போது இந்தக் கணக்கில் சேர்ந்த தொகையை எடுக்கும்போது அந்தப் பணத்துக்கு வருமான வரி கிடையாது.

இதை EEE பலன் என்பார்கள். E என்றால் 'எக்ஸ்செம்ப்டெட்' விலக்கு பெற்றது என்று அர்த்தம். அதாவது வரிவிலக்கு. முதல் E கட்டுகிற பணத்துக்கு. இரண்டாவது E, கிடைக்கிற வட்டிக்கு. மூன்றாவது E என்பது முதிர்வுத் தொகைக்கு.

சேமிப்பிற்கு சேமிப்பு, வங்கிகளில் கொடுக்கப்படுவதைக் காட்டிலும் நல்ல வட்டி. இவை தவிர, வருமான வரி விலக்கு. இவை பி.எப் தொகை தவிர, ஒருவர் அவர் விருப்பமாக கட்டும் வாலண்டரி பி.எப்-கும் உண்டு.

வாலண்டரி பிராவிடெண்ட் ஃபண்டு - VPF

ஊழியர் சம்பளத்தில் எவ்வளவு தொகை பிடிக்கப்படுகிறதோ, அதே அளவு தொகையை, நிறுவனம் அதன் பங்களிப்பாக ஊழியரின் சேம நலக்கணக்கில் சேர்க்கும். அதற்கு மேலும் ஒருவர் சேமிக்க விரும்பினால், குறிப்பாக சேமநல நிதி மூலம் சேமிக்க விரும்பினால் அவர் நிறுவனத்திடம் எழுதிக்கொடுத்து தனது ஊதியத்தில் கூடுதல் தொகை பிடிக்கச் சொல்லி அவரது விருப்ப சேமநல நிதி பங்களிப்பாக - Voluntary PFஆகக் கட்டலாம். அது அவர் விருப்பம்தான். நிறுவனத்தின் விருப்பமில்லை. அரசாங்கத்தின் கட்டாயமும் அல்ல. அதனால் நிறுவனம் அதற்கு இணையான தொகையைக் கொடுக்காது.

ஆனாலும்கூட இதைச் செய்யலாம் என்று நான் தெரிவித்ததன் காரணம், இப்படி மாதா மாதம் ஒரு தொகையைக் கட்டுவதால் ஒரு சேமிப்பு உருவாகிறது. அந்தப் பணம் அரசின் சேமநிதிக்குப் போவதால் பாதுகாப்பாக இருக்கும். தவிர, அதற்குக் கணிசமான வட்டியும் கிடைக்கும்.

முன்பு சொன்னது போல வாலண்டரி பிராவிடெண்ட் நிதிக்கும் EEE அனுகூலங்கள் உண்டு. அதனால்தான் சேமநல நிதியில் கூடுதலாக, வி.பி.எப் ஆகச் சேமியுங்கள் என்று அந்த இளைஞருக்குச் சொன்னேன்.

அது சரி. இந்த வசதி வேலைக்குப் போய் சம்பளம் வாங்குபவர்களுக்குத்தானே. வியாபாரம், சொந்தத் தொழில் செய்பவர்கள் சேமிப்பு செய்ய ஏதும் வழி இருக்கிறதா? ஏன் இல்லாமல். அதே சேம நல நிதி பொதுமக்களுக்கும் உண்டு.

பப்ளிக் பிராவிடெண்ட் ஃபண்டு - PPF

அப்படிப்பட்டவர்களுக்காக அரசாங்கம் செய்து கொடுத்திருக்கும் ஏற்பாட்டின் பெயர், பப்ளிக் பிராவிடெண்ட் ஃபண்ட். சுருக்கமாக PPF. பொதுத்துறை மற்றும் சில குறிப்பிட்ட தனியார் துறை

வங்கிகளிலும் தபால் நிலையங்களிலும் பி.பி.எப் கணக்குகள் ஆரம்பித்துச் சேமிக்கலாம். வேலைக்குப் போய் சம்பாதித்து பி.எப் கட்டுபவர்களும் பி.பி.எப்-ல் கூடுதலாகச் சேமிக்கலாம். ஆனால் பி.எப் ஆக கட்டினாலும் பி.பி.எப்-ஆக கட்டினாலும் எல்லாம் செக்ஷன் 80 சி-கு கீழ்தான். அந்த செக்ஷன் கீழ் வருமான வரி விலக்கு பெற உச்சவரம்பு இருக்கிறது. 2019 ஏப்ரல் நிலவரப்படி உச்சவரம்பு, ஒன்றரை லட்சம் ரூபாய்.

பி.பி.எப் கணக்குகளை பாரத ஸ்டேட் வங்கி மற்றும் மற்றும் சென்ட்ரல் பேங்க் ஆப் இந்தியா, பஞ்சாப் நேஷனல் வங்கி, இந்தியன் ஓவர்சீஸ் பொதுத்துறை வங்கிகளின் குறிப்பிட்ட கிளைகளிலும், ஆக்சிஸ், ஐ.சி.ஐ.சி.ஐ, எச்.டி.எப்.சி போன்ற தனியார் துறை வங்கிகளிலும் தொடங்கலாம்.

பி.பி.எப் கணக்குகளில் மாதா மாதம் என்று ஏதும் கட்டவேண்டிய அவசியம் இல்லை. கையில் பணம் கிடைக்கிறபோதெல்லாம் போட்டு வரலாம். ஆனால், கணக்கு உயிர்ப்புடன் இருக்கிறது என்பதற்கு அடையாளமாக ஒவ்வொரு நிதி ஆண்டிலும் ஒருமுறையேனும் குறைந்தபட்ச தொகை ரூ 500 கட்டியிருக்கவேண்டும்.

2018-19 நிதியாண்டில் பி.பி.எப் கணக்கில் இருந்த பணத்திற்கு 8.65 சதவிகிதம் வட்டி வழங்கப்பட்டிருக்கிறது. இந்த வட்டி என்பது பல்வேறு வங்கிகள் பிக்செட் டெப்பாசிட்டுகளுக்கு கொடுக்கும் வட்டியைக் காட்டிலும் அதிகம்.

பெரும்பாலும் பப்ளிக் பிராவிடண்ட் ஃபண்ட் கணக்கில் இருக்கும் நிலுவைத்தொகைக்கு சேமிப்பு மற்றும் பிக்செட் டெப்பாசிட்டு களுக்கு வழங்கப்படும் வட்டியைவிடக் கூடுதல் வட்டி வழங்கப் படுகிறது. மற்றொரு ஆதாயம், பி.பி.எப்-ல் கிடைக்கும் வட்டிக்கு, வருமான வரி இல்லை. ஆம், பி.எப்-கு கொடுக்கப்படுவது போலவே, பி.பி.எப்-கும் EEE அனுகூலங்கள் உண்டு.

கடந்த 10 ஆண்டுகளில் பி.பி.எப்-ல் இருந்த சேமிப்புக்கு வழங்கப் பட்டிருக்கும் வட்டி விகிதங்கள் வருமாறு.

நிதி ஆண்டு	வட்டி விகிதங்கள்
2018 - 2019	8.0%
2017 - 2018	7.8%
2016 - 2017	8.0%
2015 - 2016	8.7%

2014 - 2015	8.7%
2013 - 2014	8.7%
2012 - 2011	8.8%
2011 - 2012	8.6%
2010 - 2011	8.0%
2009 - 2010	8.0%
2008 - 2009	8.0%
2007 - 2008	8.0%

திரும்ப எடுக்க சில நிபந்தனைகள்

அதே சமயம், ஒரு அளவுக்கு மேல் அதில் மட்டுமே போட்டுக் கொண்டிருக்க வேண்டாம். காரணம், அதில் போடப்படும் பணம் தேவைப்படும் நேரத்தில் திரும்ப எடுக்க முடியாது.

பப்ளிக் பிராவிடண்ட் ஃபண்ட் ஆக இருந்தால் 15 ஆண்டுகளுக்கு விட்டு வைக்கவேண்டும். சேமநல நிதியாக இருந்தால் வேலையி லிருந்து விலகி ஒரு மாதம் அல்லது பணி ஓய்வு என்பது போல சில வரையறைகள் இருக்கின்றன. அதன் காரணமாக அதில் சில அனுகூலங்கள் இருந்தாலும் மீண்டும் மீண்டும் என்று அதில் மட்டுமே போட வேண்டாம்.

NRIகளுக்கு

பி.பி.எப் கணக்கை எந்த இந்தியரும் ஆரம்பித்து பலன் பெறலாம். வெளிநாடு வாழ் இந்தியர்களுக்கு இந்தத் திட்டம் பொருந்தாது. ஒருகால் அவர்கள் இந்தியக் குடிமகனாக இருந்தபோது பி.பி.எப் கணக்குத் தொடங்கி, பின் வெளிநாடு வாழ் இந்தியராக மாறியிருந்தால் முன்பு தொடங்கிய கணக்கில் தொடர்ந்து பணம் போடலாம். NRI ஆன பிறகு கணக்கு ஆரம்பிக்க முடியாது.

'மைனர்'களுக்கு

18 வயது ஆகாதவர்களின் சார்பாக அவர்களின் பெற்றோர், 'மைனர்'கள் பெயரில் பி.பி.எப் கணக்குத் தொடங்கிப் பணம் போடலாம். தொடங்கிய கணக்கைத் தொடர, ஒவ்வொரு ஆண்டும் குறைந்தபட்சம் ரூ 500 அந்தக் கணக்கில் போடவேண்டும்.

பி.பி.எப் கணக்கைத் தொடங்கினால் அதை 15 ஆண்டுகள் வரை வைத்திருக்கவேண்டும். பிறகுதான் போட்ட பணத்தை, வட்டியை எடுக்க முடியும். 15 ஆண்டுகளுக்குப் பின்பும் தொடரமுடியும். ஒவ்வொரு

ஐந்து ஆண்டாகத்தான் நீட்டிக்க முடியும். முதலில் 5 ஆண்டுகள் நீடிக்கலாம். அந்த காலம் நிறைவான பின்பு மற்றொரு 5 ஆண்டுகளுக்கு நீட்டித்து தொடரலாம். இப்படியே தொடர்ந்து செய்யலாம்.

பி.பி.எப்-ல் இருக்கும் பணத்தை எவரும் எதற்காவும் 'அட்டாச்' செய்ய முடியாது. வருமான வரித் துறையால்கூட அந்தப் பணத்தை பறிமுதல் செய்ய செய்ய முடியாது. பி.எப் பணத்துக்கும் இந்தப் பாதுகாப்பு உண்டு.

முதலீட்டில் கவனிக்க வேண்டிய மூன்று அம்சங்கள்

வாலண்டரி பிராவிடெண்ட் ஃபண்ட், பிக்செட் டெப்பாசிட் தவிர வேறு எதில் சேமிப்புப் பணத்தைப் போடலாம் என்கிற கேள்விக்குச் சிலர் தெரிவிக்கும் பதில், தங்கத்தில் முதலீடு செய்யலாம் என்பதுதான்.

தங்கம் விலை தொடர்ந்து உயர்ந்து கொண்டுதானே இருக்கிறது. தங்கத்தில் போடலாமே என்று சொல்வார்கள். நமக்கே கூடத் தோன்றும். மேலும், தங்கம் என்பது எப்போதும் மதிப்பு இருக்கக் கூடிய ஒன்று. அதில் போட்ட பணம் காணாமல் போக வாய்ப்பே இல்லை என்றெல்லாம் அதைப்பற்றி பாசிட்டிவான நினைப்புகள் பலரிடமும் இருக்கிறது.

இவையெல்லாம் பொய் என்று சொல்ல முடியாது. உண்மையாகவே இருக்கட்டும். ஆனாலும் கூட நான் தங்கத்தில் முதலீடு செய்வது சிறந்தது என்று சொல்ல மாட்டேன். அதற்கு சில வலுவான காரணங்கள் உண்டு. எந்த முதலீடு செய்யும் போதும் மூன்று அம்சங்களை கட்டாயம் கவனிக்க வேண்டும்.

- முதலுக்கு பாதுகாப்பு
- அது கொடுக்கக் கூடிய வருமானம் மற்றும்
- போட்ட பணத்தை பணமாகவே எடுக்கக்கூடிய 'லிக்விடிட்டி' என்ற முதலீட்டைத் திரும்பப் பணமாக்கும் வாய்ப்பு.

'அசெட் கிளாஸ்'கள் எனப்படும் முதலீட்டு வகைகள்

ஒருவர் தன்னிடம் சேருகிற பணத்தை எதிலெல்லாம் முதலீடு செய்யலாம். அதற்கு என்னென்ன வாய்ப்புகள் இருக்கின்றன என்று பார்க்கும் வழக்கம் இருக்கிறது. ஒவ்வொரு வாய்ப்பையும் ஒரு பிரிவாகப் பார்க்கிறார்கள். தனிப்பட்ட பிரிவுகளுக்கு அசெட் கிளாஸ் என்று பெயர். எந்த வகையில் எவ்வளவு என்று பிரிப்பதன் பெயர் 'அசெட் அலக்கேஷன்'.

ரொக்கம் - கேஷ்

ரொக்கம் என்றால் ரூபாய் நோட்டுகளாக மட்டுமல்ல. வங்கியில் பணம் பணமாகவே இருந்தால் அதுவும் ரொக்கம் போலதான். எதிலும் முதலீடு செய்யாமல் கையில் பணமாக வைத்திருப்பதைத் தானே ரொக்கம் என்பார்கள். அதை எப்படி அசெட் கிளாஸ் என்று சொல்வது என்று கேட்கத் தோன்றுகிறதா?

ஆம். ரொக்கமாக வைத்திருப்பது வேறு வழி தெரியாமல் அல்ல. தெரிந்தே வேண்டும் என்றே குறிப்பிட்ட அளவு வைத்திருந்தால் அதுவும் ஒரு 'அசெட் அலக்கேஷன்'தான்.

கையில் ரொக்கம் தவிர, வங்கியில் சேமிப்பு கணக்கில் அல்லது வைப்புத்தொகையாக வைத்திருப்பதும் ரொக்கம் போலதான். இணையம் மூலம் இண்டெர்னெட் பேங்கிங்கில் வைப்புத்தொகையை சேமிப்புக் கணக்குக்கு உடனடியாக மாற்ற முடியும். அப்படி மாற்றியதை ஏ.டி.எம். அல்லது வங்கி வேலை நேரமாக இருக்கும் பட்சம் உடனடியாக கையில் ரொக்கமாக பெற்றுவிடமுடியும்.

ரொக்கம் - கையில் அல்லது வங்கியில் - அவசரத் தேவைகளுக்கு உடனடியாக என்றால் இதுதான். மருத்துவ செலவுகள், விபத்துகள் போன்றவற்றின் போது அதிகம் தேவைப்படலாம்.

அதுவே கமாடிட்டியாகவோ, பங்குகளாகவோ, பாண்டுகளாகவோ, ரியல் எஸ்டேட் ஆகவோ அல்லது தங்கமாகவோ இருந்தால்கூட அதை உடனடித் தேவைக்கு பயன்படுத்த முடியாது.

ஆக, ஒருவரது 'போர்ட்போலியோ'வில் ஓரளவு ரொக்கம் அவசியம்.

ரொக்கம் வீட்டில் வைத்திருந்தால் அதற்கு வருமானம் வராது. வங்கியில் சேமிப்பு கணக்கில் வைத்திருந்தால் சொற்ப வருமானமே வரும். தொடர்ந்து விலைகள் உயருவதால் பணம் அப்படியே இருந்தால் அதன் வாங்கு சக்தி தொடர்ந்து குறையும். அதனால்தான் ஓரளவு ரொக்கம் மட்டும் என்று சொல்கிறேன்.

வேலைக்குப் போய் சம்பாதிப்பவராக இருந்தால் 3 முதல் 6 மாதச் செலவுகளுக்கான தொகையை வேறு எதிலும் முதலீடு செய்யாமல், இந்த வகையில் வங்கியில் வைப்புகளாக வைத்திருக்கலாம்.

தங்கம் என்ற முதலீடு

தங்கத்தில் போடும் பணம் பாதுகாப்பானதுதான். தங்கத்தில் போடும் பணத்துக்கு அதிகமான 'லிக்விடிட்டி' உண்டு. அதை எங்கும் சுலபமாக

விற்றுக் காசாக்கிவிட முடியும். ஆனால், இந்த இரண்டு மட்டும் போதாதே. தங்கம் நல்ல வருமானமும் தர வேண்டும் அல்லவா.

ஒரு முதலீட்டு பொருளாக தங்கத்துக்கு என்று சில குணங்கள் உண்டு. சில பத்தாண்டுகளின் விலை விவரங்களைப் பார்த்தால், தங்கம் எல்லா காலகட்டத்திலும் விலை உயர்ந்து கொண்டே இருப்பதில்லை என்பது தெரியவரும். மேலும் 'பிக்செட் டெப்பாசிட்' போன்றவை தொடர்ந்து நிலையாக தரும் வட்டி வருமானத்தை போல தங்கம் தொடர்ந்து நிலையாக விலை உயர்ந்து கொண்டே போவதில்லை. இடையில் விலை இறங்கவும் செய்யும்.

ஆக, தங்கத்தை பிக்செட் டெப்பாசிட் முதலீட்டுடன் ஒப்பிட்டால் அதன் விலை உயர்வு என்பது ஆண்டுக்கு ஆண்டு என்று எல்லா ஆண்டுகளிலும் எட்டு, ஒன்பது சதவீதம் விலை உயர்வதில்லை. தொடர்ந்து கிடைக்கும் வருமானம் என்கிற அடிப்படையில் பார்த்தால் தங்கம் ஒரு சிறந்த முதலீட்டு வாய்ப்பு இல்லை.

ஆனாலும் வீட்டுப் பெண்களின் ஆசைக்கு ஆபரணங்கள் வாங்கலாம். அந்த அளவில் அது வேறு பயனும் தருவதால், ஓரளவு பணத்தை தங்கத்தில் போடலாம்.

கடன் பத்திரங்கள்

இதில் குறிப்பிட்ட அளவு வட்டி வருமானம் வரும். அந்த வட்டி பெரும்பாலும் வங்கி டெப்பாசிட்டுகளுக்கு கிடைக்கும் வட்டியைக் காட்டிலும் கூடுதலாக இருக்கும்.

கடன் பத்திரங்களில், வங்கி டெப்பாசிட்டுகள், ரிசர்வ் வங்கி பத்திரங்கள், நேஷனல் சேவிங்ஸ் ஸ்கீம் பத்திரங்கள் என்று சில இருக்கின்றன. தனியார் நிறுவனங்களில் செய்யப்படும் டெப்பாசிட்டு களுக்கு வழங்கப்படும் வங்கி கூடுதலாக இருக்கலாம். ஆனால் அதன் பாதுகாப்பை, அதற்கு வழங்கப்பட்டிருக்கும் ரேட்டிங் பார்த்து வாங்க வேண்டும். ரேட்டிங், AAA போல சிறப்பாக இருந்தால் வட்டி குறைவாக இருக்கும்.

கவர்ன்மெண்ட் பாண்ட்கள்

அரசாங்கத்தினுடைய G-Sec என்கிற கடன்பத்திரங்கள் இருக்கின்றன. இவற்றில் போடப்படுகிற பணத்துக்கு அதிகப் பாதுகாப்பும் உண்டு. இதில் எந்த ஒரு சிறு முதலீட்டாளர் கூட முதலீடு செய்ய முடியும். அதற்கு வகைசெய்யும் வகையில் தேசியப் பங்குச் சந்தையில் goBid

பிளாட்பாரத்திலும், மும்பை பங்குச்சந்தையில் BSEdirect என்ற பிளாட்பாரத்திலும் முயற்சி செய்யலாம்.

அரசாங்க நிறுவனங்கள் வெளியிடுகிற, பத்து, பதினைந்து மற்றும் இருபது ஆண்டுகால அளவைக் கொண்டுள்ள 'டேக்ஸ் ஃப்ரீ' பாண்டுகள் கிடைக்கின்றன. அவற்றின் வட்டி விகிதம் 8.2 முதல் 9.7 வரைகூட இருக்கும். வெளியிடப்படும்போது இவற்றை வாங்கலாம். அதன்பின் இவை செகண்டரி மார்க்கெட் எனப்படும் சந்தையில் பட்டியலிடப்படுகின்றன. இருப்பினும் அங்கு அதிகம் விற்போர் வாங்குவோர் இல்லை என்பது இதில் இருக்கிற ஒரு குறைபாடு.

கம்பெனி FDகள், டிபென்ச்சர்கள்

இதுபோக அதிக வருமானம் தருகிற அதிக ரிஸ்க் இருக்கிற நிறுவனங்களின் பிக்சட் டெப்பாசிட்கள் - Company FDs - மற்றும் 'நான் - கன்வெர்டிபிள் டிபென்சர்' எனப்படும் NCDகள் இருக்கின்றன. அவை ஆண்டுக்கு 9 முதல் பத்தரை பதினொரு சதவீதம் வரை கூட வருமானம் தருகின்றன. இவை பாதுகாப்பானவை தானா என்பதை அவற்றின் ரேட்டிங் வைத்து முடிவு செய்யலாம். இருந்தாலும், பெரிய அளவு பணத்தை ஒரே நிறுவன FD அல்லது NCDயில் போடுவது நிச்சயம் ரிஸ்க் தான்.

கூடுதல் வட்டி தரும் P2P

மற்றுமொரு சுவாரசியமான மிக அதிக ரிஸ்க் இருக்கிற மிக நல்ல வருமானம் தர வாய்ப்பு இருக்கிறது மற்றவர்கள் இடமும் இருக்கிறது அதன் பெயர் P2P. என்றால் பியர் டு பியர். இது ஒரு மின்னணு பிளாட்ஃபார்ம். இங்கே கடன் வேண்டுவோரும் கடன் கொடுப்போரும் நேரடியாக முடிவு செய்துகொள்ளலாம். ஆண்டுக்கு 12 சதவீதம் முதல் 20 சதவீதம் வரை வட்டி இருக்கும்.

ரியல் எஸ்டேட்

இடம், வீடுகள் குடியிருக்க கட்டப்படும் பிளாட்டுகள், வணிக கட்டிடங்கள் எல்லாம் ரியல் எஸ்டேட் வகையைச் சேர்ந்தவை.

- வாடகை வருமானம் பெறுவதற்கு வாய்ப்பு தரும்
- அடமானம் வைக்கலாம். இவற்றின் மீது கடன் கிடைக்கும்.
- கடன் வாங்கி வீடு கட்டினால் அதற்கு கட்டும் வட்டி மற்றும் ஓரளவு அசலுக்கு வருமான வரி விலக்கு கிடைக்கும்.

கடன் வாங்கி கட்டப்படும் குடியிருப்பு வீட்டுக்கு கட்டும் வட்டிப் பணத்துக்கு தற்போது (2019ல்) 2 லட்ச ரூ வரை ஆண்டு வருமான வரி விலக்கு கொடுக்கப்படுகிறது. தவணை முறையில் திருப்பிக் கட்டுகிற முதலீடு - கேப்பிடல்- பணத்துக்கும் ஓரளவு வருமான வரி விலக்கு 80 சி செக்ஷன் கீழ் கொடுக்கப்படுகிறது. 80 சி-க்கு உச்சவரம்பு உண்டு.

மேலும் தற்போது 'அபோர்டபிள் ஹவுசிங்' என்ற மத்திய அரசின் திட்டத்தின் கீழ், ஒருவர் அவருடைய பெயரில் வாங்கும் முதல் வீட்டுக்கு அது 45 லட்ச ரூபாய்க்குள் விலை இருந்தால் மான்யம் (2 லட்சம்) வழங்கப்படுகிறது.

மற்றபடி ஒரு முதலீடாகப் பார்க்கும் போது ரியல் எஸ்டேட்டுக்கு சில தனித்தன்மைகள் உண்டு.

- **பெரிய அளவு பணம் தேவைப்படும்**

ஏனைய முதலீடுகளான பங்குகள், எப்.டி, பாண்டுகள், தங்கம், பரஸ்பர நிதிகள் போன்றவற்றுக்குத் தேவைப்படும் குறைந்தபட்ச முதலீட்டுப் பணத்தைப்போல ரியக் எஸ்டேட் முதலீட்டுக்குப் பல மடங்கு தேவைப்படும். சிறிய அளவுகளில் செய்ய இயலாது.

- **வாங்கும் விலை சரிதானா என்று உறுதி சொல்ல முடியாது.**

பங்குகள், எப்.டி, பாண்டுகள், தங்கம் பரஸ்பர நிதிகள் போன்ற வற்றுக்கு சந்தையில் என்ன விலை என்பது வெளிப்படையாக இருக்கும். வாங்குபவர் எவருக்கும் அதே விலைதான். அடிக்கடி மாறும்தான். ஆனால், ஒரு நேரம், எல்லோருக்கும் அதே விலைதான்.

ஆனால், ரியல் எஸ்டேட் விலைகள் அப்படியில்லை. விலையில் வெளிப்படைத்தன்மை மற்றும் 'ஸ்டாண்டர்டு' கிடையாது. காரணம் ரியல் எஸ்டேட் எனும் 'பொருள்' ஒரே மாதிரியானது அல்ல.

ஒரு ரிலையன்ஸ் பங்கு என்றால், எல்லா ரிலையன்ஸ் பங்குகளும் ஒரே மாதிரியான சாதக பாதகங்கள் உடையது. 22 கேரட் தங்கம் என்றால் எல்லா ஊர்களிலும் ஒரு கிராம் தங்கம் என்ற பொருளில் அதன் உள்ளடக்கத்தில் வேறுபாடு இருக்காது.

ஆனால், ரியல் எஸ்டேட் அப்படியல்ல. அது இருக்கிற இடம், உயரம், அதன் சுற்றுப்புறம், கட்டடமாக இருந்தால் அதன் வயது மற்றும் சிலர் கண்ணோட்டத்தில் அதன் வாஸ்து, மாறுபடும் அதன் தோற்றம் என்று பல்வேறு காரணங்களால் அதன் விலையில் வேறுபாடுகள் இருக்கும், மாற்றங்கள் ஏற்படும். இதன் காரணமாக உடனடியாக வாங்கவோ

விற்கவோ முடியாது. இந்த வகை முதலீட்டுக்கு 'லிக்விடிட்டி' குறைவு.

- **பத்திரங்கள்**

வாங்கும்போது பத்திரங்கள் சரிபார்க்கத் தவறிவிட்டால், முதலுக்கே மோசம் வந்துவிடும். அதேபோல வாங்கிப் போட்டுவிட்டு வாங்கிய இடத்தைப் போய் அடிக்கடி பார்க்காமல் விட்டுவிட்டால் வேறு எவரும் குடியேறிவிடும், ஆக்கிரமித்துக் கொள்ளும் ஆபத்தும் உண்டு.

- **பராமரிப்புச் செலவு**

வீடு, நிலம் கட்டடங்கள் வங்கி கணக்கில் இருக்கும் பணம் போன்ற தல்ல. அவற்றைப் பராமரிக்க, வரி கட்ட என்று செலவுகள் உண்டு.

- **வீடுகள்**

குடியிருக்க வீடு வாங்குவது தவிர சிலர் வீடுகள் வாங்கி வாடகைக்கு விடுகிறார்கள். இது தொடர் வருமானம் தரக்கூடிய முதலீடு. அதே சமயம் வாடகைக்கு வருகிறவர் காலி செய்து போகவேண்டும். அதில் சச்சரவுகள் வந்தால், வழக்கு நீதிமன்றம் என்றெல்லாம் அலைய வேண்டி வரும். சட்டங்கள் பெரும்பாலும் குடியிருப்பவர்களுக்கே அனுதாபம் காட்டுகின்றன.

வீடு வாங்க முதலீடு செய்கிற பணம் என்பது பத்து, இருபது ஆண்டுகளில் என்ன விலை உயர்வு அடைந்திருக்கிறது என்று கணக்கிட்டு பார்த்தால், பல இடங்களில் வீட்டு விலை உயர்வு என்பது அதே அளவு பணத்தை வங்கியில் போட்டு வைத்திருந்தால் கிடைத்திருக்கக்கூடிய வட்டி வருமானத்தைவிடக் குறைவு என்பது தெரிய வரும்.

எல்லா வீடுகளையும் சரியான விலைக்கு, நினைத்த நேரம் விற்க முடியாது. வாங்குபவருக்கு வீடு பிடிக்கவேண்டும். வீட்டு வரி, தண்ணீர், கழிவு நீர் வரி என்று பல வரிகள் கட்டவேண்டும். அவ்வப்போது வீட்டைப் பழுது பார்க்க வேண்டும்.

காப்பீடுகள் – யூலிப்

யூலிப் என்று சுருக்கமாக அழைக்கப்படும் 'யூனிட் லிங்க்ட் இன்சூரன்ஸ் பிளான்'னைப் பலரும் முதலீட்டு வாய்ப்பாகப் பார்க்கிறார்கள். அது அவர்கள் தவறல்ல. முகவர்கள் சிலர் அப்படிப் புரிந்துகொண்டு சொல்லி விற்கிறார்கள்.

யூலிப் என்பது அடிப்படையில் ஒரு காப்பீடு 'பிராடெக்ட்'. அதற்குக் கட்டும் பிரிமியத்தின் ஒரு பகுதி பரஸ்பர நிதி போல முதலீடு செய்யப் படுகிறது. ஒரு பகுதி பிரிமியமாகப் போகிறது. ஆக இரண்டிலும் அது முழுமையாக இல்லை என்பது தவிர அது, நிச்சயமாக பணத்தைப் பெருக்கும் வழியல்ல. அதனால் அதை விட்டுவிடலாம்.

பிக்செட் டெப்பாசிட்

இறுதியாக முதலீடு என்று பார்த்தால் வங்கிகளில் போடப்படும் நிரந்தர வைப்பு என்ற பிக்செட் டெப்பாசிட். தற்சமயம் அதாவது. 2019 மூன்றாம் காலாண்டில், வங்கியில் கொடுக்கிற வட்டி என்பது 7 சதவீதமாக இருக்கிறது.

ஒருவர் தன்னுடைய பணத்தை 7 சதவீத வளர்ச்சிக்காக வங்கியில் போட்டுவிட்டால், நீண்ட காலத்தில் அந்தப் பணம் பெருகி அவருடைய தேவையின்போது அது பெருந்தொகையாக மாறி இருக்காது.

ஒன்பது ஆண்டுகளில் இரட்டிப்பாகும். இரட்டிப்பு பணமும் முதலீட்டாளருக்கு இல்லை. ஒவ்வொரு ஆண்டும் அவர் பெற்ற வட்டிக்கு வருமான வரி உண்டு (சில குறிப்பிட்ட, 5 ஆண்டுகால வரிவிலக்கு உள்ள டெப்பாசிட்டுகள் தவிர).

ஆண்டுக்கு ஆண்டு உயரும் விலைவாசியில் 7% வட்டி என்பது மூன்று நான்கு சதவிகித வளர்ச்சிக்குகூட இணையில்லை.

ஆனால், பெரும்பாலும் வங்கி டெப்பாசிட்டுகள் பாதுகாப்பானவை. முதலுக்கு மோசம் வராது. அதனால் கணிசமான பணம் சம்பாதித்து விட்டவர்கள், இனி சம்பாதிக்க முடியாது என்கிற நிலையில் இருப்பவர்கள் மற்றும் வயதானவர்கள் அதிக ரிஸ்க் இல்லாத வங்கி டெப்பாசிட்டுகளுக்குப் போவது சரி. ஆனால் ஒரே வங்கியில் ஒருவர் பெயரிலேயே எல்லா டெப்பாசிட்டுகளையும் போடாமல் பிரித்து, வெவ்வேறு வங்கிகளில், வெவ்வேறு குடும்ப உறுப்பினர்களின் பெயர்களில் போடுவது நல்லது. வங்கியில் ஒருவர் பெயரில் இருக்கும் டெப்பாசிட்டுக்கு 2019ல் அதிகபட்சமாக ஒரு லட்ச ரூபாய் காப்பீடு இருக்கிறது. வங்கிக்கு ஏதேனும் அசம்பாவிதம் நடந்தால், டெப்பாசிட் தொகை அல்லது ஒரு லட்சம் இது இரண்டில் எது குறைவோ, அந்தத் தொகை திரும்பக் கிடைக்கும்.

தவிர தேவைப்படும் நேரம் எடுக்க முடிவதும் இதன் அனுகூலங்களில் ஒன்று.

சீனியர் சிட்டிசன் சேவிங்ஸ் ஸ்கீம் – SCSS

சீனியர் சிட்டிசன் சேவிங்ஸ் ஸ்கீம் என்று ஒரு சிறப்பு திட்டம் மத்திய அரசாங்கத்தால் தபால் நிலையங்கள் மூலம் நடைமுறைப்படுத்தப் படுகிறது.

60 வயதுக்கு மேல் ஆன எவரும் அல்லது 55 வயது ஆன, வேலை செய்து கொண்டிருந்த இடத்தில் இருந்து விருப்ப ஓய்வு பெற்றவர்கள் அல்லது பணி ஓய்வு (ரிட்டயர்மென்ட்) பெற்றவர்கள், பணியில் இருந்து விலகுகிறபோது அவர்களுக்குக் கிடைக்கிற பணத்தை ஒரு மாதத்துக்குள் இவற்றில் போடலாம்.

இந்த வாய்ப்பு இந்திய குடிமக்களுக்கு மட்டுமே. வெளிநாடு வாழ் இந்தியர்கள் (NRI) மற்றும் ஹிண்டு அண்டிவைடெட் பேமிலி (HUF) வருமான வரிக்கணக்கு எண் வைத்திருப்போருக்கும் கிடையாது.

அதிகபட்சமாக நபர் அவருக்கு பணி ஓய்வின் போது கிடைத்த தொகையோ அல்லது 15 லட்சமோ, இந்த இரண்டில் எது குறைவோ அந்தத் தொகையை முதலீடு செய்யலாம்.

இப்படிச் செய்யப்படும் பணத்துக்கு வங்கிகள் மற்றும் தபால் நிலையங்களில் பிக்செட் டெப்பாசிட் தரும் அளவைக் காட்டிலும் கூடுதலாக வட்டி கொடுக்கிறார்கள். ஏப்ரல் 2019ல் வட்டி 8.5 %. அதன்பின் 2019 செப்டெம்பரில் 8.1% ஆக குறைக்கப்பட்டது. ரிசர்வ் வங்கி ரெபோ ரேட் மாற்றும் போதெல்லாம், புதிதாக டெப்பாசிட் செய்பவர்களுக்கு வட்டி விகிதங்கள் மாறும். ஏற்கனவே போட்டிருப்பவர்களுக்கு மாற்றம் இருக்காது.

இதில் போடும் பணத்தை 5 ஆண்டுகளுக்கு எடுக்கக்கூடாது. மிக அத்தியாவசியத் தேவைகளுக்கு எடுக்க வேண்டி வந்தால் ஓராண்டுக்கு மேல்தான் அனுமதி உண்டு. அப்படி எடுக்கும் பட்சம் அவர்கள் குறிப்பிட்டு இருக்கிற வட்டி சதவீதத்திலிருந்து ஒன்றரை சதவீதம் குறைத்தும், இரண்டு ஆண்டுகளுக்கு பிறகு எடுத்தால் ஒரு சதவீதம் குறைத்தும் கொடுப்பார்கள்.

இந்த 5 ஆண்டு டெப்பாசிட்டை விரும்பினால் மேலும் 3 ஆண்டுகளுக்கு நீட்டித்துகொள்ளலாம்.

5 ஆண்டுகள் முழுமையாக வைத்திருந்து எடுப்பவர்களுக்கு ஒவ்வொரு காலாண்டும் டெப்பாசிட்டுக்கு உண்டான வட்டி அவர்களுடைய சேமிப்பு கணக்கில் வரவு வைக்கப்படும்.

இப்படி பெறுகிற வட்டிக்கு அதிகபட்சமாக ஆண்டுக்கு ரூபாய் 50,000 வரை செக்‌ஷன் 80TTB-யின் கீழ் வருமான வரி விலக்கு உண்டு. இதில் போடுகிற பணத்துக்கு வருமான வரி செக்‌ஷன் 80 சி-யின் கீழ் விலக்கு உண்டு. அதிகபட்சமாக ஒன்றரை லட்சம் (2019-20 நிலவரப்படி).

கூட்டிக் கழித்துப் பார்த்தால், அட! சம்பாதிக்கிற பணத்தில் சிரமப்பட்டு ஓரளவு மீதம் செய்து அந்த பணத்தை முதலீடு செய்யலாம் என்று பார்த்தால் முதலீடு செய்வதற்கான வாய்ப்புகள் ஒவ்வொன்றிலும் ஏதாவது ஒரு குறை இருக்கிறது அல்லது குறிப்பிட்ட அளவுக்கு மேல் செய்ய முடியாது என்பது போன்ற தடை இருக்கிறது என்று தோன்றுகிறதோ? அப்படி தோன்றினால் உங்கள் எண்ணம் சரிதான்.

பலரும், வட்டி குறைவாக இருந்தாலும் பரவாயில்லை என்று கடைசி புகலிடமாக வங்கி வைப்புக்குப் போய்விடுகிறார்கள். பணி ஓய்வு பெற்றவர்களுக்கு வேறுவழியில்லை. தபால் ஆபீஸ் வைப்பு அல்லது வங்கி வைப்புதான் முதலுக்கு பாதுகாப்பு. ஓரளவேனும் நிரந்தர வருமானம் மற்றும் வேண்டியபோது சிறு கட்டணம் கட்டி (அபராத வட்டியாக) திரும்ப எடுத்துக்கொள்ளும் வாய்ப்பு இருக்கிறது.

ஆனால், எல்லோரும் இப்படி முடங்கிப் போய்விட வேண்டும் என்ற அவசியமில்லை. குறிப்பாக இரண்டாவதாக கேள்வி கேட்ட அந்த வாசகர் போன்ற இளவயதினர். அதாவது ஐம்பது வயதுக்கு கீழ் உள்ளவர்கள் செய்யக்கூடிய ஒன்று, வங்கி வருமானத்தை விட கூடுதலாக வருமானம் பார்க்கக்கூடிய வாய்ப்பு ஒன்றும் இருக்கிறது.

அது உங்களுக்குத் தெரிந்ததுதான். அதன் பெயர்தான் பரஸ்பர நிதிகள் எனப்படும் மியூச்சுவல் ஃபண்ட்.

2. பரஸ்பர நிதி – மியூச்சுவல் ஃபண்ட்

பொதுமக்களுக்கு அதிலும் குறிப்பாக நடுத்தர வர்க்கத்தினருக்கு இருக்கும் பல்வேறுவிதமான முதலீட்டுத் தேவைகளுக்கு ஒரு தீர்வாக அமைந்திருப்பது பரஸ்பர நிதிகள்.

சரியாகத் தேர்வு செய்து, ஓரளவு நீண்ட காலத்துக்கு அந்த முதலீட்டை விட்டுவைத்தால், ஏனைய முதலீடுகளில் இருந்து கிடைக்கும் வருமானத்தைக் காட்டிலும் பரஸ்பர நிதிகளில் கூடுதலாகப் பெற முடியும்.

பங்குச்சந்தையில் முதலீடு செய்பவர்கள் அவர்களுக்குக் கிடைக்கும் தகவல் அடிப்படையில் அவர்களே பங்குகளைத் தேர்வு செய்து வாங்குகிறார்கள். இதைப் பங்குச்சந்தை வழக்கில் 'டைரக்ட் ஈக்விட்டி' என்பார்கள். ஒருவர் அவ்வாறு வாங்கும் நிறுவனத்தின் பங்குகள் விலை உயரலாம். அல்லது இறங்கலாம். ஒருவர் வாங்கிய நிறுவனத்தின் செயல்பாடு சரி இல்லாமல் போனால், அந்தப் பங்கின் விலை இறக்கம் கண்டு, அதில் அவர் போட்ட பணத்தில் ஒரு பகுதி நஷ்டம் ஆகிவிடும்.

பரஸ்பர நிதிகளும் அவர்களிடம் வரும் பணத்தை பங்குச்சந்தையில் தானே முதலீடு செய்கிறார்கள்! அவர்களுடைய முதலீடுகளுக்கும் அதே அளவு ஆபத்து இருக்கத்தானே செய்யும் என்று கேட்கலாம்.

கேள்வி சரிதான். ஆனால், பரஸ்பர நிதிகள் மூலம் முதலீடு செய்வதற்கும் ஒருவர் அவரே நேரடியாக பங்குகளில் முதலீடு செய்வதற்கும் வேறுபாடுகள் இருக்கின்றன.

1. தனிநபர் பங்குகளில் முதலீடு செய்கிறபோது 5 அல்லது 10 அல்லது 15 நிறுவனப் பங்குகளில் முதலீடு செய்வார். அவற்றில் ஒன்றிரண்டு கெட்டுப்போனாலும் அவருடைய மொத்த முதலீட்டில் ஏற்படும் நஷ்டம் அவரால் தாங்க முடிந்த அளவைக் காட்டிலும் கூடுதலாகி விடலாம்.

   உதாரணத்துக்கு காபி டே எண்டர்பிரைசெஸ் லிட். பங்கு. அதன் 2019, மார்ச் மாத விலை ரூபாய் 300. நல்ல பிசினெஸ் மாடல், நல்ல வருமானம், லாபம் என்றுதான் சந்தை நம்பிக்கொண்டிருந்தது. அதே பங்கு அக்டோபர் 2019ல் வெறும் 33 ரூபாய். காரணம் எதுவாகவும் இருக்கட்டும். ஒருவர் அதிக அளவில் அல்லது அவரது முதலீட்டில் கணிசமான பகுதியை இந்தப் பங்கில் முதலீடு செய்திருந்தால், அவருக்கு எவ்வளவு பெரிய நஷ்டம் வந்திருக்கும்.

   மாறாக, பங்குகளில் போட்ட அளவு அதே அளவு பணத்தை அவர் பரஸ்பர நிதிகளில் போட்டிருந்தால், உதாரணத்துக்கு இரண்டு லட்ச ரூபாய் பரஸ்பர நிதிகளில் முதலீடு செய்திருந்தால், அவருடைய பணம் பரஸ்பதி நிதி மூலம், 50 முதல் 100 நிறுவனப் பங்குகளில் முதலீடு செய்யப்பட்டிருக்கும். அத்தனை நிறுவனப் பங்குகளில் முதலீடு செய்யப்படுவதால், எந்த ஒரு நிறுவனத்தில் போட்ட பணம் கெட்டிருந்தாலும் அது, அந்த தனிநபரை, அவரது முதலீட்டை பெரிய அளவில் பாதிக்காது.

   அந்த பரஸ்பர நிதி காபி டே பங்குகளை வைத்திருந்தாலும், அதன் விலை இறங்க ஆரம்பித்தவுடன் ஃபண்ட் மேனேஜர் வெளியேறி அந்த பங்கின் விலை இறக்கம் மூலம் ஏற்படக்கூடிய நஷ்டத்தைக் குறைத்திருப்பார். தவறி, அந்தப் பங்கில் அந்த பரஸ்பர நிதிக்கு நஷ்டமே ஆனாலும், அந்த ஒரு பங்கின் நஷ்டம், ஏனைய 50க்கும் மேற்பட்ட பங்குகளின் லாப நஷ்டங்களோடு சேர்க்கையில், குறைந்து போயிருக்கும்.

   எந்த ஒரு குறிப்பிட்ட நிறுவனப்பங்கிலும் பரஸ்பர நிதிகள் அவற்றின் மொத்த நிதியில் 10%க்கும் அதிகமாக முதலீடு செய்யக் கூடாது என்பது செபியின் கட்டுப்பாடு. அதனால் எந்த ஒரு பங்கிலும் பரஸ்பர நிதியின் 'எக்ஸ்போஷர்' அளவானது. இது, பரஸ்பர நிதிகளில் முதலீடு செய்வதால் கிடைக்கும் ஒரு நன்மை.

2. பங்குகளைத் தேடி வாங்குகிறவர்கள், வாங்கிய பின்பு அந்த நிறுவனம் எப்படி நடக்கிறது, அந்த நிறுவனம் சந்திக்கிற சந்தைச் சூழ்நிலைகள் என்ன, அந்த நிறுவனத்தின் வியாபார வாய்ப்புகள், லாப வாய்ப்புகள் உயர்கின்றனவா என்பதையெல்லாம்

கண்காணித்துக் கொண்டே இருக்கவேண்டும். இல்லையென்றால் வாங்கிய பங்கு விலைகளில் அந்த நிறுவனத்தின் செயல்பாடுகள் அல்லது வேறு காரணங்களுக்காக இறக்கம் வந்தால், அதில் முதலீடு செய்த பணமதிப்பு குறைந்துவிடும். சமயத்தில் முழுதும் கூட காணாமல் போய்விடும். ஆக, ஒருவர் பங்குச் சந்தையில் முதலீடு செய்திருந்தால் விழிப்புடன் தொடர்ந்து சந்தையைக் கவனித்தாக வேண்டும்.

3. அதே பணத்தை, அதே பங்குச் சந்தைகளில், அவர் பரஸ்பர நிதிகள் மூலமாக முதலீடு செய்திருந்தால், கண்காணிக்கும் வேலையை பரஸ்பர நிதியின் நிதி மேலாளர் -ஃபண்டு மேனேஜர்- செய்வார்.

   பரஸ்பர நிதி முதலீடு செய்திருக்கும் நிறுவனப் பங்குகளின் விலை ஏற்ற இறக்கங்களை நிறுவனத்தின் வாய்ப்புகள், ஆபத்துகளைத் தொடர்ந்து கண்காணிப்பார். சரியான முடிவுகள் எடுப்பார். நஷ்டங்களைத் தடுப்பார், குறைப்பார்.

   இதன் காரணமாக பரஸ்பர நிதியில் போடும் பணம், சந்தை ஏற்படுத்தும் நஷ்டங்களைவிடக் குறைவான நஷ்டங்களோடும், சந்தை கொடுக்கும் லாபங்களைக் காட்டிலும் கூடுதல் லாபங்களோடும் இயங்கும். விவரம் தெரிந்த ஃபண்டு மேனேஜர் தொடர்ந்து கண்காணிப்பார்.

4. உலக அளவில் நடக்கின்ற மிகப் பெரும் மாறுதல்களை சாதாரண மனிதர்களால், அவற்றோடு தொடர்பில்லாதவர்கள், அந்த வாய்ப்பு பெறாதவர்களால் உடனுக்குடன் தெரிந்து கொள்ள முடியாது. ஆனால், அப்படிப்பட்ட நிகழ்வுகளால் பங்கு விலைகளில் உடனுக்குடன் மாற்றங்கள் ஏற்படும். அப்படிப்பட்ட இடத்தில் முதலீடு செய்யும் போது அதற்கேற்ற காவலாளியைக் கொண்டு அதைக் கண்காணிப்பது தான் சரி. ஒவ்வொரு பரஸ்பர நிதிக்கும் தனித்தனியே 'ஃபண்டு மேனேஜர்'கள் என்ற காவலாளிகள்/ நிர்வாகிகள் உண்டு.

   ஒருவர் தனிப்பட, தானே, பங்குகளைத் தேர்வு செய்து வாங்குகிற போது, அவர் கேள்விப்படுகிற, அவர் பார்க்கிற, அவருக்கு புரிகிற அளவில் பங்குகளை வாங்குவார். அவற்றில் சில தொழில்கள் ஏறுமுக நிலையிலும், சில தொழில்கள் இறங்குமுக நிலையிலும் இருக்கலாம். ஒரு தேர்ந்த நிபுணர் ஒரு குறிப்பிட்ட எண்ணிக்கையிலான பங்குகளைத் தேர்வு செய்யும்போது, அந்தப் பட்டியலில் ஒரு சமநிலையை உருவாக்குவார். இதை 'அசெட் அலக்கேஷன்' மற்றும் 'பேலன்சிங்' என்று சொல்வார்கள். இந்த நல்ல வாய்ப்பும் பரஸ்பர நிதிகள் மூலமாக ஒரு முதலீட்டாளருக்குக் கிடைக்கிறது.

5. ஓரளவு மட்டுமே பணத்தை வைத்திருக்கிற சிறு முதலீட்டாளர்கள், ஓரளவு எண்ணிக்கையிலான பங்குகளை மட்டுமே வாங்க முடியும். இன்னமும்கூட சில பங்குகளின் விலைகள் அவற்றில் ஒன்றிரண்டை வாங்கவே சிரமம் கொடுக்கக் கூடியதாக இருக்கின்றன. உதாரணத்துக்கு, எம்.ஆர்.எஃப். பங்கின் விலை 2019 ஏப்ரல் மாதம், அறுபது ஆயிரம் ரூபாய். ஆமாம், ஒரு பங்கின் விலை ரூபாய் 60,000. ஐஷர் மோட்டார்ஸ் நிறுவனத்தின் ஒரு பங்கு விலை 20,000. மைக்கோ நிறுவனத்தின் ஒரு பங்கு விலை 20,000.

பரஸ்பர நிதியில் வாங்குகிற ஃபண்டு மேனேஜர், ஆயிரக்கணக்கான மனிதர்களின் பணத்தைச் சேர்த்து ஒரு பெரிய நிதியம் (ஃபண்டு) உருவாக்கி, அதிலிருக்கும் பணத்துக்குப் பங்குகள் வாங்குகிற போது அவரால் விலை உயர வாய்ப்புகள் இருக்கும், விலை அதிகம் இருக்கிற பங்குகளைக்கூட அதிக எண்ணிக்கையில் வாங்க முடியும். அப்படி அவர் வாங்கும் விலை உயர்ந்த பங்குகள் தரும் லாபம் எல்லாம் முதலீட்டாளர்களுக்கும் அவரவர் போட்ட பணத்துக்கு ஏற்பக் கிடைக்கும். சில மிக அதிகம் விலை இருக்கிற பங்குகளை சிறு முதலீட்டாளர்களால் தனித்து வாங்க இயலாது.

6. பரஸ்பர நிதிகளில் முதலீடு செய்வதில் இருக்கும் மற்றொரு ஆதாயம், தேவை இருக்கிறபோது கையில் இருக்கிற பரஸ்பர நிதிகளில் ஒரு குறிப்பிட்ட அளவை (நம்பர் ஆஃப் யூனிட்ஸ்) மட்டும் விற்றுவிட்டுப் பணம் பார்க்கலாம்.

இப்படி ஓரளவை மட்டும் விற்பதால், அந்த குறிப்பிட்ட போர்ட் போலியோவில் இருக்கும் அனைத்து நிறுவனப் பங்குகளிலும் அவரது முதலீடு தொடர்ந்து இருக்கும். அளவு குறையலாமே தவிர, போர்ட்போலியோவில் இருக்கும் அனைத்து பங்குகளில் இருந்து வரும் வாய்ப்பு அவருக்குத் தொடர்ந்து இருக்கும்.

மாறாக, அவர் பரஸ்பர நிதியில்லாமல் நேரடியாக பங்குகளில் முதலீடு செய்திருந்தால், எல்லாப் பங்குகளிலும் ஓரளவு தேர்வு செய்து விற்பதெல்லாம் சிரமம். அப்படியெல்லாம் செய்வதற்கு அவர் மிகப் பெரும் எண்ணிக்கையிலான பங்குகளை வாங்கியிருக்க வேண்டும். அது சாதாரண சிறு முதலீட்டாளர்களுக்கு சாத்தியம் இல்லை.

7. ஏதோ ஒன்று அல்லது சில நிறுவனப் பங்குகளைத் தேவைக்கு விற்றுவிட்ட பின், அவற்றின் விலை உயர்ந்தால் அவர் அதில் பணம் செய்யும் வாய்ப்பை இழக்க நேரிடும்.

பரஸ்பர நிதியில் 500 ரூபாய் 1,000 ரூபாய் போன்ற சிறிய தொகைகள் ஒன்றுகூட மிகப் பெரிய நிறுவனங்களோடு இணைந்து கொள்ள

முடியும். ஒவ்வொரு மாதமும் இவ்வளவு தொகை என்று தொடர்ந்து அதே தேர்வு செய்யப்பட்ட பட்டியலைப் (போர்ட்போலியோவைப்) பெருக்கிக் கொண்டே போக முடியும்.

அமெரிக்காவில் தீவிரவாதிகள் செய்த இரட்டைக் கோபுர தகர்ப்பு, ஈராக் மீது அமெரிக்க படைகள் தாக்குதல் ஆரம்பித்தது போன்ற எதிர்பாராத நிகழ்வுகளின்போது பங்குச் சந்தையில் பெரும் சரிவுகள், மாற்றங்கள் ஏற்பட்டால் பரஸ்பர நிதிகளை வைத்து நமது முதலீட்டை திரும்ப எடுப்பது என்பது, நாம் வைத்திருக்கும் குறிப்பிட்ட பங்குகளை விற்று வெளியே வருவதைக் காட்டிலும் சுலபமாக இருக்கும்.

நிதியங்களின் மேலாளர்கள் சம்பளத்துக்கு வேலை செய்பவர்கள். மேலும், அவர்களுக்கு வழங்கப்படும் ஊக்கத்தொகை என்பது அவர்கள் நிர்வாகிக்கும் நிதியத்தின் செயல்பாட்டைப் பொறுத்தது. அதன் காரணமாக அவர்கள் முனைந்து லாபமீட்டப் பார்ப்பார்கள். அவர்கள் முழு நேர ஊழியர்கள். விவரம் தெரிந்தவர்கள். விவரங்கள் பெறுபவர்கள். அவர்கள் மேற்பார்வையில் நமது பணம் என்பது நாமே மேற் பார்ப்பதைவிட லாபம் தரும் வாய்ப்புகள் அதிகம் .

8. பங்குச் சந்தை முதலீடு என்பது நல்ல லாபம் கிடைக்கக்கூடிய இடம். அப்படிப்பட்ட பங்குச் சந்தையில் முதலீடு செய்ய பணம் மட்டும் போதாது. கூடுதலாக அதற்கான சரியான தகவல்களும் அதைவிட முக்கியமாக சரியான மனநிலையும் அவசியம்.

   தனி மனிதர்களாக நாம் முதலீடு செய்கிற போது சந்தையின் ஏற்ற இறக்கங்களை அருகிலிருந்து பார்க்கிறபோது, அது நாம் எடுத்த முடிவு, மேலும் நாம் எடுக்கவேண்டிய முடிவு என்கிற எண்ணங்களால் பதற்றம் அதிகமாகி தவறான முடிவுகள் எடுக்கக்கூடிய ஆபத்துக்கள் அதிகம். ஆனால், அதே சூழ்நிலைகளில் கூடுதல் விவரம் கிடைக்கப்பெற்ற நிதி மேலாளர்கள் நிதானமான முடிவெடுக்கும் நிலையில் இருப்பவர்கள்.

9. பங்குகளில் இருப்பது போலவே பரஸ்பர நிதிகளிலும் பல்வேறு வகையான திட்டங்கள் இருக்கின்றன. ஒருவர் அவரது குறிக்கோள் மற்றும் காலத்துக்கு ஏற்ப, அவருக்கு உகந்த பரஸ்பர நிதித் திட்டங்களைத் தேர்வு செய்து முதலீடு செய்ய முடியும்

10. பரஸ்பர நிதிகளில் தொடர் முதலீடு என்பது சாத்தியம். செய்வதும் சுலபம். தொடர் தவணைகளாக எஸ்.ஐ.பி மூலம் பணம் போடுவதென்றால் குறைந்தபட்சம் ஒரு தவணைக்கு 500 ரூபாய் கூட போதும். லம்ப் சம் என்றால் 1000 ரூபாய் போதும்.

11. பரஸ்பர நிதிகளில் போடப்படும் பணத்துக்கு, பெரும்பாலானவர்கள் அவர்களே நேரடியாக பங்குகளில் முதலீடு செய்வதைக் காட்டிலும் ரிஸ்க் குறைவு.

12. நூற்றுக்கணக்கான கோடி ரூபாய்களை முதலீடு செய்வதால், தரகர் கமிஷன், டி மேட் கணக்கு, ஆடிட்டிங் போன்ற பல செலவுகளில் மீதம் ஆகும். ஓரளவு எக்கானமி ஆப் ஸ்கேல் என்பதன் பலன் பரஸ்பரஸ்பர நிதியில் முதலீடு செய்வதால் கிடைக்கும்.

13. கடன் பத்திர டெட் (Debt) ஃபண்டுகள் : பங்குச் சந்தை சாராத பரஸ்பர நிதிகளும் உண்டு. அவை கடன் பத்திரங்களில் முதலீடு செய்பவை. இந்த வகை டெட் (Debt) ஃபண்டுகளில் முதலீடு செய்தால், முதலுக்கு மோசம் வரவே வராது. வருமானம் வங்கி வட்டியைக் காட்டிலும் கூடுதலாக இருக்கலாம்.

14. பங்குகள் மற்றும் கடன் பத்திரங்கள் என்று இரண்டிலும் கலந்து முதலீடு செய்யும் பரஸ்பர நிதிகள் இருப்பதால், முதலீட்டாளர் இரண்டின் ரிஸ்கையும் குறைத்துகொள்ளமுடியும்.

15. பரஸ்பர நிதிகளில் வருமானம் தரும் 'இன்கம்' ஃபண்டுகள் மற்றும் முதலுக்கு வளர்ச்சி தரும் 'குரோத்' ஃபண்டுகள் போன்ற வகைகள் இருக்கின்றன. இவையும் முதலீட்டாளர்களுக்கு உதவிகரமாக அமையும்.

16. வரிச் சலுகைகள் : பங்குகளுக்கு இருக்கும் மூலதன ஆதாய வரிச் சலுகை (Capital gains tax) பங்குகளில் முதலீடு செய்யும் பரஸ்பர நிதிகளுக்கும் உண்டு. பங்கிலிருந்து கிடைக்கும் பங்காதாயத்துக்குக் கிடைக்கும் வரிச் சலுகைகளும் பங்குகளில் முதலீடு செய்யப்படும் பரஸ்பர நிதிகளில் இருந்து கிடைக்கும் வருமானத்துக்கும் உண்டு.

    பங்குகள் தரும் பங்காதாயத்துக்கு ஆண்டுக்கு பத்து லட்ச ரூபாய் வரை ஒருவருக்கு வருமான வரி இல்லை என்கிற உச்சவரம்பு உண்டு. ஆனால், ஒருவர் ஈவிட்டி பரஸ்பர நிதிகளில் இருந்து பெறும் பங்காதயத்துக்கு செக்ஷன் u/s 10(35) கீழ் முழு வரி விலக்கு வழங்கப்படுகிறது.

பரஸ்பர நிதிகளின் மறுபக்கம்

பரஸ்பர நிதிகளில் சில சிக்கல்களும் உண்டு.

1. கடந்த சில ஆண்டுகளில் மிக அதிக லாபம் தந்த பரஸ்பர நிதிகள் என்று எப்போதுமே இணையங்களில் ஒரு பட்டியல் வெளிவரும். அந்தப் பட்டியலில் பத்து, இருபது சதவிகித வருமானம் செய்ததாகக்

காட்டியிருப்பார்கள். ஆனால், எல்லா பரஸ்பர நிதிகளும் அப்படி வருமானம் தருவதில்லை.

வருமானம் தராதது மட்டுமல்ல. ‘நெகட்டிவ் ரிட்டர்ன்ஸ்’ எனப்படும், போட்ட பணத்தில் (முதல் பணத்தில்) ஒரு பகுதி குறையும் ஆபத்துகளும் சில ஈக்விட்டி சார்ந்த பரஸ்பர நிதிகளில் உண்டு. காரணம், பங்குகள் எல்லா நேரமும் விலை உயர்ந்துகொண்டே இருக்காது. அது எவ்வளவு நல்ல நிறுவனத்தின் பங்காக இருந்தாலும். சந்தை அபாயங்களில் இருந்து தப்பிக்க இயலாது.

2. ஒரு நிறுவனம் கெடும் பட்சம் அந்த நிறுவனத்தின் பங்குகளை வாங்கி வைத்திருக்கும் பரஸ்பர நிதியும் கெட்டுவிடக்கூடாது என்பதற்காக பரஸ்பர நிதிகளுக்கு கட்டுப்பாடுகள் விதிக்கப் பட்டிருந்தாலும் அப்படி ஏதாவது ஒன்றுக்கு மேற்பட்ட பங்கு ஒரு போர்ட்போலியோவில் இருந்துவிட்டால், நிதியின் முதலும் அடிபடும் ஆபத்து உண்டு.

   உதாரணத்துக்கு 2018, 2019ம் ஆண்டுகளில் பல வங்கிப் பங்குகளின் விலைகள் கடுமையாக விழுந்தன. அதேபோல அதுவரை நல்ல பங்குகளாக கருதப்பட்டு வந்த ஜீ எண்டர்பிரைசெஸ், எஸ் பேங், டி.எச்.எப்.எல் போன்ற பல பங்குகளின் விலைகள் ஒரே காலகட்டத்தில் கடுமையாக விழுந்தன.

3. ஒரு பரஸ்பர நிதி சிறப்பாக செயல்பட்டு, லாபமீட்டி, முதலீட்டாளர் களுக்குப் பகிர்ந்துகொடுக்கக் கீழ்க்கண்ட விஷயங்கள் நடந்தாக வேண்டும்.

   பரஸ்பர நிதியின் ஃபண்ட் மேனேஜர் திறமையானவராக மட்டுமல்ல, நேர்மையானவராகவும் இருக்க வேண்டும். வேண்டிய நிறுவனம், அல்லது அதன் நிறுவனப் பங்குகளை நிறுவனத்தாரே சந்தையில் வாங்கச் சொல்கிறார்கள். நம்மிடம் பிறர் பணம் இருக்கிறது. வாங்கி, விலை ஏற்றுவோம். அந்த நிறுவனத்தாருக்கு நல்லது. இப்படி அவர்கள் சொல்வதைச் செய்வதால் அவர்களிடம் சலுகைகள் பெற்றுக்கொள்வோம் என்று செயல்பட்டால், பரஸ்பர நிதிக்கும் அதில் யூனிட்டுகள் வாங்கியவர்களுக்கும் நஷ்டம் உண்டாகும்.

   தாங்கள் பரஸ்பர நிதிக்காக செய்த ஆய்வுகளையும் எடுக்கிற முடிவுகலையும் தங்களது சொந்த நலனுக்காக ஃபண்ட் மேனேஜர்கள் பயன்படுத்தினால் அந்த ‘இன்சைடர் டிரேடிங்’ செயலால் நிதிக்கும் முதலீட்டாளர்களுக்கும் நஷ்டம் உண்டாகும்.

4. நிதி நன்றாகவே செயல்பட்டாலும், பல்வேறு காரணங்களுக்காக குறிப்பிட்ட பரஸ்பர நிதியில் பணம் போட்டவர்கள், போட்ட

பணத்தைத் திரும்பப் பெறுவதற்காக அவர்கள் வசம் இருக்கும் பரஸ்பர நிதி யூனிட்டுகளை ரெடீம் செய்ய ஆரம்பித்தால், ஃபண்ட் மேனேஜர் போர்ட்போலியோவில் இருக்கும் சில பங்குகளை விற்கத்தான் வேண்டும். அந்த நேரம் அவர், அது விற்கத் தகுத்த பங்கா இல்லையா என்றெல்லாம் பார்க்க முடியாது.

5. பரஸ்பர நிதியில் 'லாக் இன் பீரியட்' என்று இல்லாதது ஃபண்ட் மேனேஜர்களுக்கு சிரமம் உண்டாக்கும். ஏனைய முதலீட்டாளர் களுக்கு நஷ்டம் உண்டாக்கும்.

6. பரஸ்பர நிதிகள் *1* முதல் 2.25 % வரை செலவுகளுக்காக பண்டில் இருந்து எடுத்துக்கொள்ளும். அதுபோக மீதம்தான் நிகர சொத்து மதிப்பு. நேரடியாக பங்குகள் வாங்குவது மற்றும் ETF களில் முதலீடு செய்வதைக் காட்டிலும் இது அதிகம்.

7. வருமான வரிவிலக்கு பெற்றுத்தரும் பரஸ்பர நிதிகளை வாங்கியதி லிருந்து மூன்று ஆண்டுகள் வைத்திருக்க வேண்டும். லாபம் கிடைத்தாலும் நஷ்டம் கிடைத்தாலும் அவசர பணத் தேவைகள் இருந்தாலும் இடையில் எடுக்க முடியாது.

டெட் ஃபண்டுகளிலும் ஆபத்து உண்டு

டெட் ஃபண்டுகளில் போடப்பட்ட பணம் பத்திரமாக இருக்கும் முதலீடு பக்கா என்று நினைத்து இருந்தவர்களுக்கு 2018 -19 ஆம் ஆண்டில் பல அதிர்ச்சிகள் காத்திருந்தன. பல பெரும் பரஸ்பர நிதி முதலீட்டு நிறுவனங்களே Essel குரூப் அனில் அம்பானி குரூப், DHFL போன்ற நிறுவனங்களுக்கு கொடுத்திருந்த கடன் தொகை சிக்கலுக்கு உள்ளாகி, கடனைத் திருப்பித் தருவதில் காலதாமதம் மற்றும் நிச்சயமற்ற தன்மை ஏற்பட்டது. ஒரே குழுமத்தில் இருக்கும் பல்வேறு நிறுவனங்களுக்கு ஒரே பரஸ்பர நிதியம் கடன் கொடுத்தால் சிக்கல் வரும்.

3. பரஸ்பர நிதிகள் எப்படிச் செயல்படுகின்றன?

சிலருக்குத் தெரிந்திருக்கலாம். வேறு சிலருக்கு ஓரளவு தெரிந்து இருக்கலாம். இருந்தாலும் இதை கொஞ்சம் எளிமையாக, சரியாக விளக்கிவிட்டு மற்றவற்றைப் பார்ப்பது தான் சரி.

பரஸ்பர நிதி என்றால் விருப்பப்படுகிற பலரும் ஓரளவு பணத்தை ஒரு குறிப்பிட்ட நிறுவனம் அல்லது அமைப்பிடம் கொடுத்து, அவர்களை முதலீடு செய்யவிட்டு, பின்பு, அந்த நிறுவனம் கொடுக்கும் வருமானத்தைப் பெற்றுக்கொள்வது. உதாரணத்துக்கு SBI மியூச்சுவல் ஃபண்ட்.

பாரத ஸ்டேட் வங்கி ஒரு பரஸ்பர நிதி தொடங்க இருப்பதாக என்று அறிவிக்கிறது என்று வைத்துக் கொள்வோம். அப்படி செய்யும் அறிவிப்புக்குப் பெயர், நியூ பண்டு ஆஃபர். சுருக்கமாக NFO.

உதாரணத்துக்கு, நாங்கள் மொத்தம் 100 கோடி ரூபாய் திரட்ட இருக்கிறோம் என்றும் திரட்டும் பணத்தை இன்ன விதம் இவற்றில் முதலீடு செய்யப் போகிறோம், என்ன லாபம் பெறுவதற்கான வாய்ப்பு எப்படியிருக்கிறது, திறமையாக முதலீடு செய்ய எப்படிப்பட்ட வல்லுனரை நியமித்திருக்கிறோம் என்பது போன்ற விவரங்களை பிராஸ்பெக்டஸ் (Prospectus) என்ற ஆவணம் மூலம் பொது மக்களுக்கும் நிறுவனங்களுக்கும் அறிவிக்கும்.

அவர்கள் திரட்ட இருக்கிற 100 கோடி ரூபாய் பணம் அந்நிறுவனத்தின் 'பண்ட்' அதை தமிழில் நிதியம் என்று சொல்லலாம். அந்த நூறு கோடி

ரூபாய் பணமும் 10 கோடி எண்ணிக்கையிலான பத்து ரூபாய் முக மதிப்புள்ள அலகுகளாக- அதாவது யூனிட்களாக நிறுவனத்தில் இருக்கும்.

பங்குகளில் பத்து ரூபாய் முக மதிப்புள்ள பங்குகள், ஐந்து ரூபாய், இரண்டு ரூபாய், ஒரு ரூபாய் முக மதிப்புள்ள பங்குகள் இருப்பதைப் போல பரஸ்பர நிதியில் இல்லை. எல்லாம் 10 ரூபாய் யூனிட்கள் தான்.

ஆக, ஒரு பரஸ்பர நிதி நிறுவனம் ஒரு புதிய நிதியத்தை உருவாக்கி அதன் குறிப்பிட்ட எண்ணிக்கையிலான அலகுகளை பொதுமக்கள் அல்லது எந்த நிறுவனம் வேண்டுமானாலும், பணம் கட்டி விண்ணப்பித்துப் பெற்றுக்கொள்ளலாம் என்று அறிவிப்பார்கள்.

பங்குகளுக்கான இனிஷியல் பப்ளிக் ஆபர் IPO வில் நிகழ்வது போலவே, பரஸ்பர நிதி நிறுவனத்தின் NFO விலும் வெளியிடுகிற அலகுகளின் எண்ணிக்கையை காட்டிலும் கூடுதலான யூனிட்கள் கேட்டு விண்ணப்பங்கள் வரலாம். அப்படி வரும் பட்சம், பங்கு விநியோகத்தில்கடைபிடிக்கப்படும் முறையை போலவே, வழங்கப்படும் அலகுகளின் எண்ணிக்கையை basis of allotment முடிவு செய்து வழங்குவார்கள்.

மிகச் சிறப்பாக லாபம் ஈட்டி கொண்டிருக்கும் ஒரு நிறுவனத்தின் பங்குகள் அதன் முகப்பு விலைக்கே வழங்கப்படாது. அந்த நிறுவனத்தில் ஏற்கனவே சேர்ந்திருக்கும் ரிசர்வ்ஸ் மற்றும் அல்லது சந்தையில் அந்தப் பங்குக்கு இருக்கும் கூடுதல் விலை காரணமாக, பிரிமியம் என்ற கூடுதல் விலை வைத்துக் கொடுக்கும். உதாரணத்துக்கு, 2019 அக்டோபரில் வெளியிடப்பட்ட IRCTC நிறுவனத்தின் 10 ரூபாய் முக மதிப்புள்ள பங்கு, 300 ரூபாய் கூடுதல் விலை வைத்து பொது மக்களில் வேண்டுவோருக்கு வழங்கப்பட்டது. இப்படி கூடுதல் விலைக்குக் கொடுப்பதை அட் பிரிமியம் என்பார்கள்.

பங்கு வெளியீடுகளில் மட்டும்தான் இப்படிச் செய்வார்கள். புதிய பரஸ்பர நிதி அலகுகள் விநியோகமான NFO-ல் அப்படிப்பட்ட பிரீமியம்கள் கிடையாது. எல்லா வெளியீடுகளும் பத்து ரூபாய் முக மதிப்பில் தான் வெளியிடப்படும்.

அட பரவாயில்லையே! கூடுதல் விலை வைத்துத் தரவில்லையே என்று ஆனந்தப்படவேண்டாம். அப்படித் தரும்போதும் சந்தை நிலையைக் கவனித்துதான் வாங்கவேண்டும். காரணம், முதலீட்டாளர் கள் நாம் கொடுக்கும் ஒவ்வொரு 10 ரூபாய் பணமும் அதன்பின் சந்தையில் நடக்கும் விலையில்தான் பங்குகளை வாங்கப்போகிறது. அந்த பங்குகளின் விலைகள்தான் நாம் கொடுக்கும் பிரிமியம். இந்த

இடம் புரியவில்லை என்று சிலர் நினைக்கலாம். பரவாயில்லை. அது ஒன்றும் அவ்வளவு முக்கியம் இல்லை. பிறகு பார்த்துக்கொள்ளலாம்.

இப்படியாகப் பல்வேறு நிறுவனங்கள், விருப்பம் இருக்கிறவர் களிடம் பணம் பெற்றுக் கொண்டு அவர்களுக்கு பத்து ரூபாய் மதிப்புள்ள அந்த குறிப்பிட்ட எண்ணிகையிலான பரஸ்பர நிதியின் அலகுகளை வழங்கும்.

நிதியத்தில் சேர்ந்த பணத்தை வைத்து, அந்த நிதியத்தின் பொறுப்பாளராக இருக்கிற 'ஃபண்ட் மேனேஜர்' அவருக்கும் இருக்கும் வழிகாட்டு தலின்படி, சந்தையில் முதலீட்டுப் பொருட்கள் வாங்குவார். ஏன் இந்த இடத்தில் பங்குகள் என்று குறிப்பிடாமல், முதலீட்டுப் பொருட்கள் என்று சொல்கிறோம் என்று சந்தேகம் வரலாம். எல்லா பரஸ்பர நிதிகளும் பங்குகளில் முதலீடு செய்வதில்லை. பங்குகளில் மட்டுமே முதலீடு செய்வதில்லை. பாண்டுகள் போன்றவையும் முதலீட்டுப் பொருட்கள்தான். தங்கத்தில் முதலீடு செய்யும் பரஸ்பர நிதிகளும் உண்டு.

அந்த நிதியம் வாங்கியது எவை எவை என்பதையும், வாங்கிய பிறகு ஒவ்வொரு நாளும் அது முதலீடு செய்திருக்கும் பொருட்களின் மொத்த சந்தை மதிப்பு என்ன என்பதையும் அந்த நிறுவனம் குறிப்பிட்ட வழிகளில்- உதாரணத்துக்கு இணையம் வழியாக இணையதளம் வழியாக சந்தைகள் மூலமாக -தொடர்ந்து குறிப்பிட்ட கால இடைவெளியில் தெரிவிக்கும். தெரிவிக்க வேண்டும்.

அப்படித் தெரிவிக்கிறபோது, அதன் மொத்த மதிப்பு என்ன என்று தெரிவிக்காது. அதனிடம் இருக்கும் ஒவொரு 10 ரூபாய் யூனிட்டின் மதிப்பு எவ்வளவாக மாறியிருக்கிறது என்பதைத்தான் தெரிவிக்கும்.

பரஸ்பர நிதிகள் சரியாகச் செயல்படுகின்றனவா என்பதை, பங்குச் சந்தைகளின் கண்காணிப்பு ஆணையமான செபி பார்க்கும்.

உதாரணத்துக்கு, ஒருவர் அந்த பரஸ்பர நிதியில் பத்தாயிரம் அலகுகளை ரூபாய் ஒரு லட்சத்துக்கு வாங்கி இருந்தால், அதற்கு அடுத்தடுத்த நாட்களில் அவருடைய 10 ரூபாய் யூனிட்களின் மதிப்பு 10 ரூபாய் 10 காசாக உயர்ந்திருக்கலாம். அல்லது ரூபாய் 9.90 ஆக குறைந்தும் இருக்கலாம்.

இப்படி அறிவிக்கப்படுகிற யூனிட்டின் மதிப்புக்கு, Net Asset Value-NAV என்று பெயர். அதன் பொருள் நிகர சொத்து மதிப்பு. அதாவது அந்த 10 ரூபாய் யூனிட்டின் அன்றைய சொத்து மதிப்பு, 10.10 அல்லது 9.90.

இப்போது இருக்கிற விதிகளின்படி, முதலீட்டாளர் கொடுக்கிற மொத்த பணத்துக்கும், ஃபண்ட் யூண்ட்கள் வழங்க வேண்டும். முன்பு, 'என்ட்ரி லோட்' என்று ஒரு சதவிகிதப் பணத்தை நிறுவனம் எடுத்துக்கொண்டுவிடும். இப்போது அது நிறுத்தப்பட்டுவிட்டது. பரஸ்பர நிதியில் போட்ட பணத்தை எந்தக் காரணத்துகாகவும் ஒருவர் ஓராண்டுக்கு முன்பாக வெளியே எடுத்தால், அந்தப் பணத்தின் மீது ஒரு சதவிகிதம் பிடித்தம் செய்துகொள்வார்கள். இதன் பெயர் 'எக்சிட் லோட்'.

வாங்கிய யூனிட்களை எப்படி யாரிடம் விற்பது?

பரஸ்பர நிதிகளை இதன் அடிப்படையிலும் பிரிக்கலாம். இரண்டு வகை ஃபண்டுகள் இருக்கின்றன. ஆரம்பத்திலேயே அவை என்ன வகை என்பது முடிவு செய்யப்பட்டுவிடும். பின்பு இறுதி வரை அப்படித்தான்.

முதல் வகை 'குளோஸ்டு எண்டட் பண்டு'கள். இவற்றின் யூனிட் களை NFO வின் போது மட்டுமே வாங்க முடியும். அதன்பின் நிறுவனம் புதிய யூனிட்கள் வழங்காது. அதன் நிதியத்தின் அளவை மாற்றிக்கொள்ளாது. அதேபோல எவரிடம் இருந்தும் யூனிட்களை அது திரும்பப் பெற்றுக்கொள்ளாது. விலைக்கு வாங்காது. அதன் யூனிட்களை வைத்திருப்பவர்கள், பண்டு காலத்தின் இறுதி வரைக் காத்திருந்துதான் நிறுவனத்திடம் கொடுத்து பணம் பெறலாம். அல்லது சந்தையில் விற்றுக்கொள்ளலாம்.

சந்தை விலை பெரும்பாலும் அந்த ஃபண்ட் டின் நிகர சொத்து மதிப்பான Net Asset Value-NAV-யை ஒட்டியே இருக்கும்.

இரண்டாம் வகை ஃபண்டுகள், 'ஓப்பன் எண்டட் பண்டு'கள். இந்த ஃபண்டுகளின் யூனிட்களை NFOக்குப் பின்பும், அவ்வப்போது இருக்கிற சந்தை மதிப்பில் நிறுவனமே வாங்கிக்கொள்ளும், பணம் கொடுக்கும். அதேபோல, புதிதாகவோ, கூடுதலாகவோ அந்த ஃபண்டின் யூனிட்கள் கேட்டால், நடப்பு விலையில் (Net Asset Value-NAV) விற்கும். அதனால் இந்த வகை ஃபண்டுகளின் மொத்த அளவு தொடர்ந்து மாறிக்கொண்டே இருக்கும். இந்த வகை யூனிட்களைச் சந்தையில் விற்க முடியாது.

செப்டம்பர் 2019 நிலவரப்படி, இப்படியாக நம் நாட்டில் மொத்தம் 44 பரஸ்பர நிதி நிறுவனங்கள்- அசெட் மேனேஜ்மெண்ட் கம்பெனிகள்- இயங்குகின்றன. அவற்றில் 2500க்கும் அதிகமான திட்டங்கள் இருக்கின்றன. அவை நிர்வாகம் செய்யும் மொத்த சொத்து மதிப்பு-

அசெட் அண்டர் மேனேஜ்மெண்ட்-ஏயூஎம், ரூபாய் 25,60,463 கோடிகள். எஸ்.ஐ.பி மூலம் பரஸ்பர நிதியில் முதலீடு செய்துகொண்டிருக்கும் நபர்களின் எண்ணிக்கை 2.84 கோடி.

மொத்தத்தில், நிறைய மனிதரிடம் பணம் இருக்கிறது. அவர்களுக்கு பங்கு சந்தை மற்றும் வேறு நிதி சார் முதலீடுகளில் பணம் போட்டு வருமானம் பார்க்க விருப்பம். ஆனால், செய்ய அவர்களுக்கு நேரம் இல்லை. சிலருக்கு அந்த திறன் இல்லை. அப்படிப்பட்டவர்கள் ஒரு குறிப்பிட்ட நபரிடம், அவர்களுடைய பணத்தைக் கொடுத்து, 'நீங்கள் எங்களுக்காக முதலீடு செய்து, அதில் வரும் லாபத்தை பிரித்துக் கொடுங்கள். உங்களுக்கும் ஒரு ஊதியம் எடுத்துக் கொள்ளுங்கள்' என்று சொன்னால் எப்படி இருக்கும். இதுதான் பரஸ்பர நிதி இயங்கும் அடிப்படை.

யார் யார் முதலீடு செய்ய முடியும்?

- பரஸ்பர நிதிகளில் தனிநபர்கள், ஹிண்டு அண்டிவைடெட் பேமிலி-HUF- மற்றும் நிறுவனங்கள் முதலீடு செய்யலாம்.
- நிறுவனங்களில் இந்திய நிறுவனங்கள் மட்டுமல்ல. அந்நிய நாட்டு முதலீட்டு நிறுவனங்களும் முதலீடு செய்யலாம்.
- வெளிநாடு வாழ் இந்தியர்களும் (NRIகள்)முதலீடு செய்யலாம்.
- ஒருவர் பரஸ்பர நிதியில் செய்யும் முதலீட்டுக்கு இவ்வளவுதான் என்று வரையறை இல்லை. எவ்வளவு வேண்டுமானாலும் செய்யலாம்.
- வருமான வரிச்சட்டம் பெற்றுத் தரும் ELSS போன்ற சில குறிப்பிட்ட வகை முதலீடுகள் தவிர மற்ற எல்லா பரஸ்பர நிதி முதலீடுகளில் இருந்தும் எப்போது வேண்டுமானாலும் போட்ட பணத்தைத் திரும்ப எடுக்கலாம். 'லாக் இன் பீரியட்' இல்லை.
- வருமான வரிவிலக்கு பெற்றுத் தரும் பரஸ்பர நிதிகளை வாங்கியதிலிருந்து மூன்று ஆண்டுகள் வைத்துக்கொள்ளவேண்டும். லாபமோ நஷ்டமோ ஆனாலும் அவசரத் தேவையாக இருந்தாலும் பணத்தைத் திரும்ப எடுக்க முடியாது. அவை பூட்டப்பட்ட பணம்.
- பரஸ்பர நிதிகளை மிகச் சிறிய தொகையான ரூபாய் 500 கூட முதலீடு செய்யலாம்.

4. பரஸ்பர நிதியின் வகைகள்

பரஸ்பர நிதிகளில் எத்தனை வகைகள் இருக்கின்றன என்று கேட்டால், பதில் சொல்வது அத்தனை சுலபமல்ல. காரணம், அத்தனை விதமான நிதிகள், ஒவ்வொரு நிதிக்குள்ளும் பல்வேறு திட்டங்கள் என ஏராளமாக வகைகள் இருக்கின்றன. புதிதாக முதலீடு செய்யத் தொடங்குபவருக்கு மட்டுமல்ல; தொடர்ந்து செய்து வருகிறவர் களுக்கே தெரியாத சில வகைகள் இருக்கவும் வாய்ப்புண்டு.

செபி, பரஸ்பர நிதித் திட்டங்களை ஐந்து வகைகளாகப் பிரித்திருக்கிறது. ஆனால் அதற்குள்ளும், அதற்கு மேலும் வேறு பாடுகள் இருக்கின்றன. சாதாரண மற்றும் புதிய முதலீட்டாளரால் புரிந்துகொண்டு, அததனை வகை பற்றியும் தெரிந்துகொண்டு எதில் எப்போது எவ்வளவு பணம் போடுவது எடுப்பது என்கிற முடிவுகளை எடுக்க இயலாது.

அதற்கு உதவியாக இருக்கும் அத்தனை வகை பரஸ்பர நிதிகளையும் ஒரு அமைப்புக்குள் (ஸ்டிரக்ச்சர்- டெம்ப்ளேட்க்குள்) கொண்டுவர வேண்டும். அப்படிச் செய்தால்தான் எளிதாக முடிவெடுக்கலாம். அதற்காக பரஸ்பர நிதித் திட்டங்களை எட்டு பிரிவுகளாகப் பிரித்திருக்கிறேன்.

முதலில் செபி செய்திருக்கும் ஐந்து வகை பரஸ்பர நிதிகளை A என்ற தலைப்பின்கீழ் பார்த்துவிட்டு, பின்பு முதலீடாளர்கள் புரிந்துகொள்ள ஏதுவாக நாம் செய்திருக்கும் எட்டு பெரும் பிரிவுகளை B என்ற தலைப்பின்கீழ் பார்க்கலாம்.

செபி செய்திருக்கும் ஐந்து வகைகள்

செபியின் அக்டோபர் 2017 புதிய வழிகாட்டுதலின்படி பரஸ்பர நிதிகள் மொத்தம் ஐந்து வகைகளாகப் பிரிக்கப்படுகின்றன. அந்த ஐந்து பெரும் பிரிவுகளிலும் பல்வேறு உட்பிரிவுகள் உண்டு.

1. ஈக்விட்டி தொடர்பான பரஸ்பர நிதி திட்டங்கள்
2. கடன் பத்திரங்கள் தொடர்பான பரஸ்பர நிதி ஃபண்டுகள்
3. ஹைபிரிட் பரஸ்பர நிதி ஃபண்டுகள்
4. 'சொல்யூஷன் ஓரியண்டட்' திட்டங்கள்
5. பிற திட்டங்கள்

பரஸ்பர நிதி நிறுவனங்கள் அந்த உட்பிரிவுகளில் ஒரு பிரிவின்கீழ் ஒரு பரஸ்பர நிதிதான் நடத்த முடியும். இந்த விதியிலிருந்து ஃபண்ட் ஆப் ஃபண்ட்ஸ்க்கு மட்டும் விதிவிலக்கு. மேலும் மார்க்கெட் கேப்பிடலை சேஷன் குறித்து எவை எந்த கேப்பிடைலைசேஷனில் வரும் என்று செபி முதல்முறையாக வரையறை செய்து அறிவித்தது.

மார்க்கெட் கேபிடலைசேஷன் பட்டியலில் முதல் 100 என்ற அளவில் இருக்கிற நிறுவனங்களை லார்ஜ் கேப் என்றும், அடுத்த 150 இடங்களில் இருக்கிற நிறுவன பங்குகளை மிட் கேப் என்றும் மற்ற நிறுவனங்களை ஸ்மால்கேப் என்று வகைப்படுத்தி இருக்கிறது. பங்குச்சந்தை உயர்ந்தோ தாழ்ந்தோ இருந்தாலும் அதன் காரணமாக இந்த வகைப்படுத்துதல் மாறிவிடக்கூடாது என்பதற்காக இப்படியாக வகைப்படுத்தியது.

ஒரு பரஸ்பர நிதி நிறுவனமும் ஐந்து வகைகளில் உட்பிரிவுகளில் ஒவ்வொன்றிலும் ஒரு பரஸ்பர நிதியைத்தான் நடத்தலாம் என்ற அறிவிப்பு காரணமாக இனி அடிக்கடி சிறிய புதிய நியூ ஃபண்ட் ஆஃபர்கள் வருவது குறைந்து போகும்.

புரிந்துகொள்ள ஏதுவாக 8 பெரும் பிரிவுகளாக பிரிப்போம்

நூற்றுக்கணக்கில் இருக்கும் பல்வேறு திட்டங்களை முதலீட்டாளர் கள் புரிந்துகொண்டு முடிவெடுக்க உதவும் வகையில் எட்டு பிரிவுகளாகப் பார்க்கலாம்.

1. முதலீட்டாளர்கள் பரஸ்பர நிதியில் பணம் போட எடுக்க வாய்ப்புக் கொடுக்கும் விதங்களின் அடிப்படையில்.
2. முதலீட்டாளர் எவரிடம் இருந்து வாங்குகிறார் என்கிற அடிப்படையில்.

3. பரஸ்பர நிதியின் பணம், எதில் முதலீடு செய்யப்படுகிறது என்கிற அடிப்படையில்.
4. போடப்படும் பணத்தை எப்படிப் புரட்டுகிறார்கள் (சேர்ன் செய்கிறார்கள்) என்ற அடிப்படையில்.
5. வருமானம் தரப்படும் விதங்கள் அடைப்படையில்.
6. வரி விலக்கு பெற்றுத் தரும் திட்டங்கள்.
7. சில மிக வித்தியாசமான பண்டுகள்.
8. குறிப்பிட்ட தேவைகளை நிறைவு செய்யவல்ல, தீர்வுதரும் ஃபண்டுகள்.

1. முதலீட்டாளர்கள், பரஸ்பர நிதியில் பணம் போட எடுக்க வாய்ப்புக்கொடுக்கும் விதங்களை வைத்து.

எந்தப் பரஸ்பர நிதியை எடுத்துக்கொண்டாலும் அது ஒன்று 'ஓபன் எண்டட்'ஆக இருக்க வேண்டும். அல்லது 'குளோசுடு எண்டட்'ஆக இருக்கவேண்டும்.

குளோசுடு எண்டட்

'குளோசுடு எண்டட்' திட்டம் என்றால், அந்த பரஸ்பர நிதியின் திட்டகாலம் முன்கூட்டியே வரையறுக்கப்பட்டிருக்கும். 5 அல்லது 7 போன்ற குறிப்பிட்ட எண்ணிக்கையிலான ஆண்டுகளுக்கு அந்தத் திட்டம் நடத்தப்படும். அதன்பின் பணத்தைப் பிரித்துக் கொடுத்து விடுவார்கள்.

இந்த வகை திட்டத்தில் அந்த அசெட் மேனேஜ்மெண்ட் கம்பெனி AMC யூனிட்கள் வெளியிடுகிற போது மட்டும்தான் நிறுவனத்திடமிருந்து பரஸ்பர நிதியை வாங்கமுடியும். அதன் பிறகு அந்த நிறுவனம் அதன் குறிப்பிட்ட அளவான நிதி முதலீடு செய்து அதன் வேலையைப் பார்க்கும். மீண்டும் யூனிட்கள் கொடுப்பது, வேண்டாம் என்பவர்களிடம் இருந்து திரும்ப வாங்கிகொள்வது போன்ற வேலைகள் செய்யாது.

இந்த வகை பரஸ்பர நிதி யூனிட்கள் மேலும் விரும்புபவர், புதிதாக விரும்புபவர், இருப்பதை விற்க நினைப்போர் எல்லாம் என்ன செய்வது? அதற்காக, பங்குகளை பங்குச் சந்தையில் லிஸ்ட் செய்வது போல, இந்த பரஸ்பநிதியும் அதன் யூனிட்களை பங்குச் சந்தைகளில் லிஸ்ட் செய்துவிடும். வாங்க விரும்புகிறவர்களும் விற்க விரும்புகிறவர்களும் பங்குச் சந்தையில் வர்த்தகம் செய்துகொள்ளவேண்டும்.

ஓபன் எண்டட்

'ஓபன் எண்டட்' பரஸ்பர நிதி மேலே பார்த்த திட்டத்துக்கு மாறானது. அசெட் மேனேஜ்மெண்ட் கம்பெனி AMC யூனிட்கள் வெளியிடுகிற pKk மட்டுமல்ல, அதன்பின்பும் வேண்டுவோருக்கு யூனிட்கள் கொடுக்கும். திருப்பித் தரவேண்டுவோரிடம் இருந்து, உண்டான பணம் கொடுத்து அதன் யூனிட்களை வாங்கிக்கொள்ளும். வாங்கும் விற்கும் விலைகள் அவ்வவ்போது நிலவும் நிகர சொத்து மதிப்பின் அடைப்படையில் அமையும்.

இந்த வகை பரஸ்பர நிதிகளைப் பங்குச் சந்தையிலோ வேறு எவரிடமிருந்துமோ வாங்க, விறக முடியாது. தவிர இந்த நிதியின் அசெட் அண்டர் மேனேஜ்மென்ட் AUM, தொடர்ந்து மாறுதலுக்கு உள்ளாகும். இந்த நிதி எப்போது முடித்துக்கொள்ளப்படும் என்பது முன்கூட்டி முடிவு செய்யவோ அறிவிக்கப்படுவதோ இல்லை.

குளோசுடு எண்டட் திட்டங்களின் பண்டு மேனேஜர்களின் வேலை, ஓப்பன் எண்டட் மேனேஜர்களின் வேலையுடன் ஒப்பிடும்போது கொஞ்சம் எளிதானது. காரணம், அவர்கள் சிலர் யூனிட்களை விற்பதால், பங்குகளை விற்கவேண்டியதில்லை. அவர்கள் அசெட் சைஸ் மாறாது. அதனால் இந்த வகைத் திட்டங்களின் வருமானம் ஒப்பீட்டு அடிப்படையில் ஓப்பன் எண்டட் திட்டங்களைவிடக் கூடுதலாக இருக்கும்.

இன்ட்ரவல் ஃபண்ட்ஸ்

இந்த இரண்டும்போக, இவை இரண்டின் குணாதிசயங்கள் இருக்கும் இன்ட்ரவல் ஃபண்ட்ஸ் என்று ஒரு வகை இருக்கிறது.

இண்ட்ரவல் ஃபண்டின் யூனிட்களை நியூ ஃபண்ட் ஆஃபரின் போது வாங்கலாம். அவற்றை ஆறு மாதத்துக்கு ஒருமுறை அல்லது ஆண்டுக்கு ஒருமுறை அசெட் மேனேஜ்மெண்ட் கம்பெனி திரும்ப வாங்கிகொண்டு பணம் கொடுக்கும்.

எல்லோருக்கும் அல்ல. விருப்பப்படுகிறவர்களுக்கு மட்டுமே கொடுக்கும்.

அதே போல அந்த சமயத்தில் வாங்க நினைப்பவர்கள் வாங்கிக் கொள்ளலாம். விலை அந்த சமயத்தில் நிலவும் நிகர சொத்து மதிப்பை ஒட்டி இருக்கும். இந்த கால அளவு முன்கூட்டியே அறிவிக்கப் பட்டிருக்கும்.

2. முதலீட்டாளர் எவரிடம் இருந்து வாங்குகிறார் என்கிற அடிப்படையில்

டைரக்ட்

பரஸ்பர நிதிகளை முகவர் மூலம் அல்லாமல் நேரடியாக வாங்குவதற்கு 'டைரக்ட் மியூட்சுவல் ஃபண்ட்' என்று பெயர். பரஸ்பர நிதிகளை இரண்டு விதங்களில் வாங்கலாம். முதலாவது திட்டத்தை நடத்தும் அசெட் மேனேஜ்மெண்ட் கம்பெனி (AMC) யிடமிருந்து நேரடியாக வாங்குவது. இதை அந்த நிறுவனங்களின் போர்ட்டல்களில் 'ஆன் லைன்'ல் வாங்கலாம். இதன் பெயர் டைரக்ட் முறை. AMC களின் போர்ட்டல்கள் தவிர, MF Utility, Camsonline, KarvyKtrack போன்ற இணையதளங்களிலும் டைரக்ட் திட்டங்களை நேரடியாக வாங்கலாம். இவற்றில் எல்லாம் முழுவதும் இலவசம். எந்தக் கட்டணமும் இல்லை. இவற்றில் வாங்கும்போது எக்ஸ்பென்ஸ் ரேஷியோ குறைவு. இப்படியாக 15க்கும் மேற்பட்ட பிளாட்பாரம்கள் இருக்கின்றன. சிலவற்றில் ஓரளவு கட்டணம் உண்டு.

ரெகுலர்

இரண்டாவது வழி, AMC களில் இருந்து வாங்கித் தரும் இடைத் தரகர் மூலம் வாங்குவது. இவற்றை ஆன்லைன் மூலமோ, ஆப் லைன் மூலமோ வாங்கலாம். இதன் பெயர் ரெகுலர் முறை. இடைத் தரகர்களாக பங்குத்தரகர்கள், நிதி ஆலோசனை நிறுவனங்கள், தனி நபர்கள்- பைனான்சியல் அட்வைசர்கள். ஐஐசிஐ டைரக்ட், பஜாஜ் பைனான்ஸ் போன்ற நிதி நிறுவனங்கள் இயங்குகின்றன.

ரெகுலருக்கும் டைரக்டுக்கும் இடையே இருக்கும் வேறுபாடு, ஈக்விட்டி ஃபண்ட்களில் இருக்கும் அளவு செலவு தொகை, எக்ஸ்பென்ஸ் ரேஷியோ, டெட் ஃபண்ட்களில் இருக்காது. காரணம், டெட் ஃபண்ட்களில் டைரக்ட் முறையிலேயே 'எக்ஸ்பென்ஸ் ரேஷியோ' குறைவுதான்.

டைரக்ட் மியூட்சுவல் ஃபண்டின் யூனிட்களின் விலை, ரெகுலர் ஃபண்டுகளின் விலையைக் காட்டிலும் குறைவாக இருக்கும். காரணம், அதில் முகவர் கமிஷன் இல்லை. ஒரே விதமான பரஸ்பர நிதி திட்டத்தை ரெகுலர் ஃபண்டில் வாங்குவதற்கும், டைரக்ட் ஃபண்டில் வாங்குவதற்கும் இடையே வேறுபாடு உண்டு. லட்சரூபாய்க்கு வாங்கினால் ரெகுலரில் கிடைப்பதைக் காட்டிலும் டைரக்ட்டில் கூடுதல் யூனிட்கள் கிடைக்கும். வாங்குபவருக்கு லாபம்.

3. பரஸ்பர நிதியின் பணம், எதில் முதலீடு செய்யப்படுகிறது என்கிற அடிப்படையில்

பரஸ்பர நிதிகளை வகைப்படுத்துவதிலேயே முக்கியமான வகைப் படுத்துதல் இது. பரஸ்பர நிதியில் போடப்படும் பணம் எந்த வகை முதலீட்டுக்கு போகிறது என்ற அடிப்படையில் பிரிக்கப்படும் வகை.

- முழுக்க முழுக்க பங்குகளில் முதலீடு செய்யப்படும் ஈக்விட்டி ஃபண்டுகள்.
- முழுக்க முழுக்க கடன் பத்திரங்களில் முதலீடு செய்யப்படும் டெட் ஃபண்டுகள் .
- பங்குகளிலும் கடன் பத்திரங்களிலும் கலந்து முதலீடு செய்யப் படும், பேலன்ஸ்டு அல்லது ஹைபிரிட் வகை ஃபண்டுகள்.

3.1 ஈக்விட்டி தொடர்பான பரஸ்பர நிதி திட்டங்கள்

இது, ஈக்விட்டி எனப்படும் பங்குகள் தொடர்பான பரஸ்பர நிதி. பெரும்பகுதி பணம் பங்குகளில் முதலீடு செய்யும் நிதி. பொதுவாக நீண்ட கால முதலீட்டாளர்கள், பணத்தை சிறிதுகாலம் விட்டு வைக்கக்கூடியவர்கள் இந்த ஃபண்டில் முதலீடு செய்யலாம். இதில் முதலீடு செய்த பணத்துக்கு நீண்டகாலத்தில் வளர்ச்சி இருக்கும். குறுகிய காலத்தில் தேவைப்படக்கூடிய பணத்தை இந்தவகை பண்டில் போட்டுவிட்டு, அவசரத்துக்கு எடுக்கப் போனால், நஷ்டம் ஆனாலும் ஆகும்.

இந்த வகை நிதிகள் முழுக்க முழுக்க பங்குகளில் முதலீடு செய்கிறது என்றாலும், இந்த ஈக்விட்டிக்குள்ளும் பல உட்பிரிவுகள் உண்டு. இந்தியப் பங்குச்சந்தையில் பட்டியலிடப்பட்ட இருக்கும் பங்குகளின் எண்ணிக்கை 5 ஆயிரத்துக்கும் மேல். இவற்றில் எப்படிப்பட்ட நிறுவனப் பங்குகளில் முதலீடு செய்வது என்கிற அடிப்படையில், 1. லார்ஜ் கேப் ஃபண்ட்கள், 2. மிட் கேப் ஃபண்ட்கள், 3. ஸ்மால் கேப் ஃபண்ட்கள் என்று மூன்று வகையாகப் பிரிக்கிறார்கள். ‘கேப்’ என்பது கேபிடலைசேஷன் என்பதன் சுருக்கம்.

கேபிடலைசேஷன் என்றால் அந்த ஒரு குறிப்பிட்ட நிறுவனத்தின் வெளியிடப்பட்டிருக்கும் பங்குகளின் எண்ணிக்கை மற்றும் அதன் சந்தை விலை ஆகிய இரண்டையும் பெருக்கி, அந்த குறிப்பிட்ட நிறுவனம் மொத்த பங்குகளின் மொத்த சந்தை மதிப்பு என்ன என்பதை கணக்கிட்டு, வரும் தொகையை கேபிடலைசேஷன் என்கிறார்கள்.

உதாரணத்துக்குப் பலருக்கும் நன்கு பரிச்சயமான பாரத ஸ்டேட் வங்கி நிறுவனத்தை எடுத்துக்கொள்வோம். அந்த நிறுவனம் அதன்

பங்குகளை இந்தியப் பங்குச் சந்தைகளிலும் பட்டியலிட்டிருக்கிறது இந்தியப் பங்குச் சந்தைகளில் என்றால் தேசிய பங்குச் சந்தை மற்றும் மும்பை பங்குச்சந்தை பாரத ஸ்டேட் வங்கியின் பங்குகளின் மொத்த எண்ணிக்கை 892.46 கோடி.

பாரத ஸ்டேட் வங்கியில் ஒரு பங்கு விலை ஏப்ரல் 2019-ல் ரூபாய் 312. ஆக 892.46 கோடி 312 ஆல் பெருக்கினால் வருவதுதான் அந்த நிறுவனத்தின் மார்க்கெட் கேபிடலைசேஷன். அந்தக் கணக்குப்படி 2 லட்சத்து 79 ஆயிரம் கோடி ரூபாய் பாரத ஸ்டேட் வங்கியின் 2019 ஏப்ரல் மாதத்து மார்க்கெட் கேபிடலைசேஷன்.

இதுபோலப் பட்டியலிடப்பட்டிருக்கும் சந்தையில் வர்த்தகமாகி கொண்டிருக்கும் ஒவ்வொரு லிஸ்ட்டெட் நிறுவன பங்குகளுக்கும் மார்க்கெட் கேபிடலைசேஷன் கணக்கிட முடியும். மற்றொரு உதாரணம் பார்ப்பதென்றால் MRF நிறுவனப் பங்குகளை பார்க்கலாம். MRF நிறுவனத்தின் ஷேர் கேப்பிட்டல் 4.24 கோடி ரூபாய்.

அதன் 10 ரூபாய் பங்குகளின் எண்ணிக்கை 42 லட்சத்து 24 ஆயிரம் கோடி. அதன் ஏப்ரல் 2019 சந்தை விலை 59 ஆயிரம் ரூபாய். மார்க்கெட் கேபிடலைசேஷன் 2 லட்சத்து 50 ஆயிரம் கோடி ரூபாய்.

லார்ஜ் கேப் என்றால் அதிக மார்க்கெட் கேப்பிடலைசேஷன் இருக்கிற பங்குகள். முன்பு, 20 ஆயிரம் கோடிக்கும் மேலிருந்தால் அந்தப் பங்கு, லார்ஜ் கேப் பங்கு என்ற வரை இருந்தது. பின்னால் அதை செபி மாற்றிவிட்டது. பட்டியலிடப்பட்டிருக்கும் நிறுவனங்களில் எவற்றின் கேப்பிடலைசேஷன் முதல் 100 இடங்களுக்குள் வருகிறதோ அவையெல்லாம் லார்ஜ் கேப் ஃபண்டுகள் . அப்படிப்பட்ட 100 நிறுவனங்களின் பங்குகளில் இருந்து தேர்வு செய்த பங்குகளை மட்டும் வாங்கும் ஃபண்ட், 'லார்ஜ் கேப் ஃபண்ட்'.

மார்க்கெட் கேப்பிடலைஷேஷனில் அடுத்த 150 இடங்களில் இருக்கும் பங்குகள் மிட் கேப். மீதமெல்லாம் ஸ்மால் கேப் நிறுவனப்பங்குகள். அவற்றை வாங்கும் ஃபண்டுகள் மிட் கேப் மற்றும் ஸ்மால் கேப் ஃபண்டுகள்.

ஒரு நிதி பதிவு செய்யப்படும்போதே அது எந்த வகையைச் சேர்ந்தது என்று குறிப்பிடவேண்டும். அந்த வகைப்பங்குகளில் மட்டுமே அந்த பரஸ்பர நிதி முதலீடு செய்யவேண்டும். இவற்றை முடிவு செய்வதும், கண்காணிப்பதும் செபி.

ஈக்விட்டி ஃபண்டுகள் என்றால் 100% பங்குச்சந்தையில் போடுவது என்று அர்த்தமல்ல. 75 சதவீதம் முதல் 90 சதவீதம் வரையிலான முதலீட்டுப் பணத்தை பங்குகளில் போடுவதையும் ஈக்விட்டி என்றே

அழைக்கிறார்கள். சந்தை நன்றாக உயர்கிற காலத்தில் ஆண்டொன்றுக்கு 15 முதல் 20 சதவீதம் வருமானம் பெற்றுத்தரும் ஃபண்டுகள் உண்டு.

இந்த வகை நிதிகள், பங்குச் சந்தையில் முதலீடு செய்கிற காரணத்தினால் இவை பங்குச் சந்தை அபாயங்களுக்கு உட்பட்டது. ரிஸ்க் அதிகம். நேரடியாக பங்குச் சந்தைக்கு போக விருப்பம் இருக்கிற, அதே சமயத்தில் எச்சரிக்கையாக இருக்க விரும்புகிறேன் என்று நினைக்கும் முதலீட்டாளர்களுக்கு ஏற்ற பரஸ்பர நிதி வகை இது.

இளவயதினர் நீண்ட காலத்துக்கு பரஸ்பர நிதிகளில் முதலீடு செய்ய விருப்பப்பட்டால், இந்த வகை நிதிகளில் போடலாம்.

ஈக்குட்டி பண்டுகளை மற்றொருவிதமாகவும் வகை பிரிக்கலாம்.

- முதலாவது, குறிப்பிட்ட துறையில் இருக்கும் பங்குகளில் மட்டும் முதலீடு செய்யும் Sectoral ஃபண்டுகள்.
- இரண்டாவது, பல்வேறு துறைகளில் இருக்கும் நல்ல பங்குகளைத் தேர்ந்தெடுத்து அதில் முதலீடு செய்யும் டைவர்சிஃபைட் ஃபண்டுகள்.
- மூன்றாவது, வருமானவரி மிச்சம் செய்வதற்காக அதற்குரிய பங்குகளாகத் தேர்வு செய்து முதலீடு செய்யும், 'டேக்ஸ் சேவர்' ஃபண்டுகள்.
- நான்காவது, பங்குகளில் முதலீடு செய்யாமல், பங்குச் சந்தை குறியீட்டு எண்களான இன்டெக்ஸ்களில் முதலீடு செய்யும் இண்டெக்ஸ் ஃபண்டுகள்.

ஈக்விட்டி ஃபண்டுகளில் பல்வேறு திட்டங்கள் இருக்கின்றன.

முதலீடு ஈக்விட்டியில்தான். ஆனால், அதற்குள் குறிப்பிட்ட வகைப் பங்குகளில் மட்டும் முதலீடு செய்யும் திட்டங்கள் உண்டு. அவற்றில் சில.

- லார்ஜ் கேப் ஃபண்டுகள் - லார்ஜ் கேப் பங்குகள் மட்டும்
- மிட் கேப் ஃபண்டுகள் - மிட் கேப் பங்குகளில் மட்டும்
- ஸ்மால் கேப் ஃபண்டுகள் - ஸ்மால் கேப் பங்குகளில் மட்டும்
- லார்ஜ் அண்ட் மிட் கேப் ஃபண்டுகள்
- மல்டி கேப் ஃபண்டுகள் - ஒன்றுக்கும் மேற்பட்ட கேப்பிடலைசேஷன் இருக்கும் பங்குகளில் முதலீடு.
- டிவிடெண்ட் யீல்டு ஃபண்டுகள் - டிவிடெண்ட் யீல்டு அதிகம் கொடுக்கும் நிறுவனப்பங்குகளில் முதலீடு செய்யும் ஃபண்ட்.

- இண்டர்னேஷனல் ஃபண்டுகள் - அயல்நாட்டு நிறுவனப் பங்குகளில் முதலீடு செய்யும் பங்குகளை இண்டர் நேஷன்ல் ஃபண்டுகள் அல்லது பாரின் ஃபண்டுகள் என்று அழைக்கிறார்கள். இந்த வகை ஃபண்டுகள் பல்வேறுநாடுகளில் இருக்கும் வாய்ப்புகளைப் பயன்படுத்துவதால் கூடுதல் வருமான வாய்ப்பு பெறும் அதே நேரம், அந்தந்த நாடுகளில் ஏற்படும் பிரச்னை களாலும், பணத்தின் மதிப்பு மாற்றத்தாலும் (எக்ஸ்சேஞ் ரேட் ஏற்ற இறக்கம் காரணமாகவும்) தாக்கம் பெறும்.
- செக்டார் ஃபண்டுகள் - இந்த வகை ஃபண்டுகளில் ஒரு குறிப்பிட்ட துறையில் இயங்கும் நிறுவனங்களின் பங்குகளில் மட்டுமே முதலீடு செய்யும். உதாரணத்துக்கு பேங்கிங் செக்டார், சிமிண்ட் செக்டார், அக்ரோ கெமிக்கலஸ், மெட்டல்ஸ் போன்ற துறை சார்ந்த நிறுவனங்களின் பங்குகள். இவற்றை, செக்டரல் ஃபண்ட்ஸ்- Sectoral funds- என்பார்கள். உதாரணத்துக்கு, வங்கி பங்குகளில் மட்டுமே முதலீடு செய்யும், பேங்கிங் செக்டர் - Banking sector funds - அல்லது கட்டுமான துறையில் சார்ந்த நிறுவன பங்குகளில் மட்டுமே முதலீடு செய்யும் இன்பிராஸ்டிரக்சர் ஃபண்ட்ஸ் - Infrastructure funds.
- தீமேட்டிக் ஃபண்டுகள் - இவை செக்டார் ஃபண்டுகளில் இருந்து வேறுபட்டவை. உதாரணத்துக்கு கன்ஸ்டிரக்ஷன் என கட்டுமானம் தொடர்பான ஒரு வகையை (Theme-தீம்) எடுத்துக்கொண்டால் அதில், சிமிண்ட், ஸ்டீல், பெயிண்ட்கள், பிளைவுட் போன்ற பல தொடர்புடைய நிறுவனங்கள் உண்டு. அவற்றில் நல்ல பங்குகளை வாங்குவது.
- ஈக்விட்டி லின்க்டு சேவிங் ஸ்கீம்ஸ் - ஈக்விட்டி முதலீடு. ஆனால் 'லாக் இன் பீரியட்' உண்டு. முதலீடு செய்யும் பணத்துக்கு 80 சி செக்ஷன் கீழ் வருமான வரிவிலக்கு.

இவை போக இன்னும் ஏராளமான திட்டங்கள் உள்ளன. அவற்றில் சில.

- போகஸ்டு ஃபண்டுகள்.
- வேல்யு ஃபண்டுகள்.
- காண்ட்ரா ஃபண்டுகள்.

3.2 கடன் பத்திரங்கள் தொடர்பான பரஸ்பர நிதி ஃபண்டுகள்

இது கடன் பத்திரங்கள் தொடர்பான நிதி. பெரும்பகுதிப் பணத்தை கடன் பத்திரங்களில் முதலீடு செய்யும் நிதி. இவற்றை டெட் (debt)

ஃபண்ட்கள் என்பார்கள். டெட் ஃபண்டுகளின் பணம், நிச்சயம் வருமானம் தரக்கூடிய, கடன் பத்திரங்களில் முதலீடு செய்யப் படுகிறது. கடன் பத்திரங்கள் என்றால், கார்ப்பரேட் பாண்ட்கள், கமர்ஷியல் பேப்பர்கள், கவர்மெண்ட் செக்யூரிட்டீஸ் போன்ற 'மணி மார்கெட் இன்ஸ்டிருமெண்ட்ஸ்'கள்.

இந்த வகை ஃபண்டுகளில் இருந்து நிலையான, தொடர்ந்து ரிஸ்க் குறைவான வருமானம் கிடைக்கும். ஆனால், வருமானத்தின் அளவு குறைவாகத்தான் இருக்கும். இதில் வரக்கூடிய வருமானம் ஆண்டுக்கு 6 முதல் 10 சதவீதம் வரையிருக்கலாம். இந்த வகை நிதிகளில் முதலீட்டுக்கான ஆபத்து குறைவு. வருமானமும் குறைவு. இது அதிக ரிஸ்க் எடுக்க விரும்பாத முதலீட்டாளர்களுக்கு ஏற்றது.

இந்த வகை பரஸ்பர நிதிகளை ஐந்து உள் வகைகளாகப் பிரிக்கலாம்.

- முதல்வகை, லிக்விட் ஃபண்ட்ஸ் (Liquid funds)
- இரண்டாவது வகை, கில்ட் ஃபண்ட்ஸ் (Gilt funds)
- மூன்றாவது கார்ப்பரேட்பாண்ட் ஃபண்ட்ஸ் (Corporate Bond funds)
- நான்காவது குறுகிய கால (Short Term Funds) / மத்திம கால (Medium Term Funds) / நீண்ட கால நிதிகள் (Long Term Funds)
- ஐந்தாவது, டைனமிக் ஃபண்ட்ஸ் (Dynamic funds)

ஈக்விட்டி ஃபண்டுகளைக் காட்டிலும் அதிக பணம் டெட் ஃபண்டுகளில்தான் முதலீடு செய்யப்படுகிறது. காரணம், இதில் முதலீட்டுப் பணத்துக்கு ரிஸ்க் மிகவும் குறைவு. தவிர ஈக்விட்டி ஃபண்டுகளைக் காட்டிலும் இவற்றில் எக்ஸ்பென்ஸ் ரேஷியோ குறைவு.

கில்ட் ஃபண்டுகள் கவர்மெண்ட் செக்யூரிட்டீஸில் மட்டுமே முதலீடு செய்பவை. இதில் முதலுக்கு ரிஸ்க் இல்லை. லிக்விட் ஃபண்ட்ஸ் என்பவை, பெரும்பாலும் 180 நாட்களுக்கும் குறைவான குறுகிய காலத்தில் முதிர்வடையும் பத்திரங்களில் முதலீடு செய்பவை.

டெட் பண்டுகளிலும் ஏகப்பட்ட திட்டங்கள் இருக்கின்றன.

- லிக்விட் ஃபண்டுகள்
- ஓவர்நைட் ஃபண்டுகள்
- லோ டூரேஷன் ஃபண்டுகள்
- அல்ட்ரா ஷார்ட் டர்ம் ஃபண்டுகள்
- மீடியம் டூரேஷன் ஃபண்டுகள்

- லாங் டூரேஷன் ஃபண்டுகள்
- மீடியம் டு லாங் டூரேஷன் ஃபண்டுகள்
- மணி மார்கெட் ஃபண்டுகள்
- டைனமிக் ஃபண்டுகள்
- கிரெடிட் ரிஸ்க் ஃபண்டுகள்
- கார்பரேட் பாண்ட் ஃபண்டுகள்
- பேங்கிங் ஃபண்டுகள்
- பப்ளிக் செக்டார் ஃபண்டுகள்
- புளோட்டர் ஃபண்டுகள்
- கில்ட் ஃபண்டுகள்
- கில்ட் ஃபண்டுகள் வித் காண்ஸ்டென்ட் டூரேஷன் ஆப் 10 இயர்ஸ்
- இன்கம் ஃபண்டுகள்

3.3 ஹைபிரிட் அல்லது பேலன்ஸ்டு பரஸ்பர நிதி ஃபண்டுகள்

இந்த வகை ஃபண்டுகள், ஈக்விட்டி மற்றும் டெட் ஆகிய இரண்டிலும் முதலீடு செய்யும். இவற்றில் ஓரளவு வருமானமும் ஓரளவு முதல் வளர்ச்சியும் கிடைக்கும். ரிஸ்கும் ஓரளவுதான். ஈக்விட்டி பண்டு அளவு இருக்காது. இவற்றை வகை பிரித்தால், மூன்று பிரிவுகளாக்கலாம்.

- முதலாவது மாதாந்திர வருமானம் திட்டம் (Monthly Income Plans)
- இரண்டாவது பிக்செட் மெச்சூரிட்டி பிளான்ஸ் (Fixed Maturity Plans)
- மூன்றாவதாக முதலீட்டு பெருக்கம் காணும் கேப்பிடல் அப்ரிசியேஷன் திட்டங்கள் (Capital Appreciation Plans)

இவற்றின் பல்வேறு திட்டங்கள் வருமாறு.

- பேலண்சுடு ஹைபிரிட் ஃபண்ட்
- அக்ரஸ்சிவ் ஹைபிரிட் ஃபண்டுகள்
- கன்சர்வேடிவ் ஹைபிரிட் ஃபண்டுகள்
- ஆர்பிடெரேஜ் ஃபண்டுகள்
- அல்ட்ரா ஷார்ட் டர்ம் ஃபண்டுகள்

அவை போடுகிற முதலீடுகள் பங்குகள் மற்றும் கடன் பத்திரங்களில் தான். ஆனால், இவற்றில் என்ன விகிதத்தில் எவை என்பதைப் பொறுத்து, மேலும் மூன்று வகைகளாகப் பிரிக்கலாம்.

- கன்செர்வேடிவ் - பங்குகளில் குறைவாக
- பேலன்ஸ்சுடு - கிட்டத்தட்ட இரண்டிலும் சமமாக
- அக்ஃரசிவ் - பங்குகளில் கூடுதலாக

மல்டி அசெட் அலகேஷன் ஃபண்டுகள்

பிறவகை ஃபண்டுகளில் மல்டி அசெட் அலகேஷன் என்று ஒரு வகை இருக்கிறது. இந்த வகை நிதிகள், அவற்றிடம் இருக்கும் பணத்தைக் குறைந்தபட்சம் மூன்று வகையான முதலீட்டுப் பிரிவுகளில் முதலீடு செய்வார்கள். பெரும்பாலும் பங்குகள், கடன் பத்திரங்கள் என்ற இரண்டு வகைதான். தவிர மூன்றாவதாக வாய்ப்பிருக்கும் போது தங்கம் போன்ற பல்வேறு பிற முதலீட்டு வாய்ப்புகளையும் பயன்படுத்திக் கொள்வார்கள். அதனால் மல்டி அசெட் அலக்கேஷன் ஃபண்டு.

4. போடப்படும் பணத்தை எப்படிப் புரட்டுகிறார்கள் [சேர்ன் செய்கிறார்கள்] என்ற அடிப்படையில்

சில ஃபண்டுகளில் வாங்கியவற்றை நீண்டகாலம் வைத்திருப்பார்கள். அடிக்கடி விற்று வாங்கி, 'போர்ட்போலியோ' வை மாற்ற மாட்டர்கள். வேறு சிலவற்றில் அடிக்கடி மாற்றுவார்கள். சந்தை நிலைமைக்கு ஏற்ப, இருப்பதை விற்று, புதியது வாங்குவார்கள். இந்த அடிப்படையில் நிதிகளை மேலும் வகைப்படுத்தினால் அவற்றை,

- ஆக்டிவ் ஃபண்டுகள் - அடிக்கடி மாற்றப்படும் அசெட்ஸ்
- பேசிவ் ஃபண்டுகள் - அடிக்கடி மாறாத அசெட்ஸ்
- டைனமிக் அசெட் அலகேஷன் ஃபண்டுகள் - தேவைக்கு ஏற்ப மாற்றப்படும் அசெட்கள்

என்று மூன்றாகப் பிரித்துப் பார்க்கலாம்.

டைனமிக் அசெட் அலகேஷன் ஃபண்டுகள்

பங்குச்சந்தை ஒரு குறிப்பிட்ட அளவு உயர்ந்தவுடன், இனி அதிகம் உயராது. விழும் என்று கணித்து, பங்குகளில் இருக்கும் முதலீட்டைக் குறைத்து நிலையான வருமானம் தரும், கடன் பத்திரங்களில் முதலீடு செய்வார்கள். அதேபோல பங்குச் சந்தை நன்றாக உயரப்போவதாக அறிந்தால், கடன் பத்திரங்களில் இருந்து முதலீட்டை எடுத்து, அந்தப் பணத்துக்கு பங்குகள் வாங்குவார்கள். முதலீடுகளை பங்குகளில் இருந்து கடன் பத்திரங்களுக்கும், கடன் பத்திரங்களில் இருந்து பங்குகளுக்கும், சந்தை நிலமைக்கு ஏற்ப, அவர்களே மாற்றம் செய்யும் நிதிகளுக்குப் பெயர், டைனமிக் அசெட் அலகேஷன் ஃபண்டு.

5. வருமானம் தரப்படும் விதங்கள் அடைப்படையில்

இன்கம் - குரோத் ஃபண்ட்கள்

மற்றொரு வகை, நிதிகளில் இருந்து முதலீட்டாளருக்கு எப்படி பணம் கொடுக்கப்படவேண்டும் என்ற அடிப்படையில் பிரிக்கப்படுவது.

இன்கம் பண்டுகள்

'தொடர்ந்து வருமானம் வேண்டும். வருமானத்தை அவ்வபோது கொடுத்துவிடுங்கள்' என்று எதிர்பார்ப்பவர்களுக்காக இன்கம் ஃபண்டுகள். இன்கம் ஃபண்ட்களில் முதலீடு செய்தவர்களுக்கு மாதாந்திர வருமானம் கிடைக்கும். அதன் காரணமாக முதல் பெருக்கம் அதிகம் இருக்காது. இந்த இன்கம் ஃபண்டுகள் பெரும்பாலும் கடன் பத்திரங்களில் முதலீடு செய்யும். அதில்தான் நிச்சய வருமானம் கிடைக்கும். கொடுக்க முடியும். பரஸ்பர நிதியில் பணம் போட்டவர் களுக்கு அவ்வப்போது தேவைப்படுகிற வருமான தேவையை மனதில் கொண்டு, முதலீடுகளை கடன் பத்திரங்களில் போட்டு, மாதாமாதம் வட்டி அல்லது டிவிடெண்ட் கொடுக்கக் கூடிய பரஸ்பர நிதிகள்.

குரோத் ஃபண்டுகள்

'இல்லை. அது முதலீடு. அது பெருகட்டும். கிடைக்கிற வருமானத்தையும் அதிலேயே திரும்பப் போடுங்கள். அல்லது வளரக்கூடிய நிறுவனங்களாகப் பார்த்து முதலீடு செய்யவும். நன்கு வளர்ந்தபின் பணம் தந்தால் போதும். இடையில் வருமானம் ஏதும் வேண்டாம்' என்று இருப்பவர்களுக்காக குரோத் ஃபண்ட்கள்.

கொடுக்கிற பணத்தை அந்த பரஸ்பர நிதி நிறுவனம், கொஞ்சம் காலம் ஆனாலும் நல்ல விலை உயர்வு காணும் வாய்ப்பு இருப்பதாக நினைக்கிற பங்குகளில் முதலீடு செய்துவிட்டு காத்திருந்தால், முதல் பெருக்கமான, கேப்பிடல் அப்ரிசியேஷன் கொடுக்கும். இந்த வகை நிதிகளை Growth schemes, வளர்ச்சித் திட்டங்களை நோக்கமாகக் கொண்ட பரஸ்பர நிதிகள் என்று சொல்வார்கள். குரோத் ஃபண்டுகளில் போடும் பணத்துக்கு இடையில் வருமானம் கொடுக்கப்பட மாட்டாது. ஆனால், இறுதியில் நல்ல வளர்ச்சியோடு போட்ட பணம் திருப்பிக் கொடுக்கப்படும்.

இரண்டும் கலந்து

மூன்றாம் வகை இவற்றிலும் இரண்டும் கலந்த சமன்படுத்தப்பட்ட பேலன்ஸ்டு பண்டு. அவ்வப்போது பிரித்துக் கொடுக்கப்படும் வருமானம் என்பது ஓரளவு மட்டுமாகவும், மீத வருமானம்

திட்டத்திலேயே மறுமுதலீடு செய்யப்பட்டு, கேப்பிடல் அப்ரிசியேஷன் கொடுக்கும்.

- பிக்செட் மெச்சூரிட்டி பிளான் - FMP
- மன்த்லி இன்கம் பிளான் - MIP
- கேப்பிடல் அப்ரிசியேயஷன் பிளான்
- டிவிடெண்ட் யீல்டு பிளான்

பிக்ஸ்டு இன்கம் பிளான்ஸ்

குறிப்பிட்ட அளவு நிர்ணயிக்கப்பட்ட வருமானம் தரும். இதில் போடப்படும் பணம் முழுக்க உடனடி வருமானம் அசெட்களில் முதலீடு செய்யப்பட்டு, யூனிட் ஹோல்டருக்கு மாதாமாதம் ஒரு தொகையை வழங்கும். 6-10% வரை ஆண்டுக்கு வருமானம் கிடைக்கலாம். ரிஸ்க் குறைவு. இவையும் டெட் ஃபண்ட் வகைதான்.

6. வரி விலக்கு பெற்றுத் தரும் திட்டங்கள்

ஆறாவது வகையான பரஸ்பர நிதிகள், வரி மீதம் செய்து கொடுக்கும், வருமான வரி விலக்கு பெற்றுத் தருகிற பரஸ்பர நிதிகள்.

டிவிடெண்ட் மற்றும் கேப்பிடல் கெயின்ஸ் வரிகள் விலக்கு

பங்குகளில் முதலீடு செய்யப்படும் அனைத்து பரஸ்பர நிதிகளுக்கும் வரி விலக்குகள் உண்டு. அவை பங்குகளுக்கு வழங்கப்படும் டிவிடெண்டுக்கும் கேப்பிடல் கெயின்க்கும் கொடுக்கப்படும் வரிச் சலுகைகள் அதே போல , அதே அளவில் பங்குகளில் முதலீடு செய்யும் பரஸ்பர நிதிகளுக்கும் உண்டு. இந்த வகை நிதிகளுக்கு 'லாக் இன்' கிடையாது. ஆனால் 12 மாதங்கள் வைத்திருந்துவிட்டு விற்றால்தான் கேப்பிடல் கெயின்ஸ் வரி விலக்கு கிடைக்கும். இடையிலும் விற்கலாம். வரிவிலக்கு கிடையாது.

முதலீடு செய்யும் பணத்துக்கு 80 சி

Equity Linked Savings Schemes - ELSS திட்டங்கள் இந்த வகையில் வரும். இந்தத் திட்டங்களில் முதலீடு செய்பவர்களுக்கு வருமான வரி செக்ஷன் 80 சி யின் கீழ் இவற்றில் போடப்படும் பணத்துக்கு வருமான வரி விலக்கு கிடைக்கும். இவற்றில் ஈக்விட்டியும் உண்டு டெட் பண்டுகளும் உண்டு. இந்த வகை முதலீடுகளில் போடப்படும் பணத்துக்கு வரிவிலக்கு கொடுக்கப்படுகிற காரணத்தினால், இவற்றில் போடப்படும் பணத்தை மூன்று ஆண்டுகளுக்கு வெளியே எடுக்க முடியாது. இவை 'லாக் இன்' ஆகிவிடும்.

7. சில வித்தியாசமான பண்டுகள்

- பண்ட் ஆப் ஃபண்ட்ஸ் (உள்நாட்டு நிறுவனப் பங்குகளில் முதலீடு)
- பண்ட் ஆப் ஃபண்ட்ஸ் (வெளிநாட்டு நிறுவனப் பங்குகளில் முதலீடு)
- இண்டெக்ஸ் ஃபண்ட்ஸ்
- எக்ஸ்சேஞ் டிரேடட் ஃபண்ட்ஸ்
- மணி மார்க்கெட் ஃபண்ட்ஸ்

இந்த பரஸ்பர நிதிகள் குறிப்பிட்ட வகை முதலீடுகளில் கலவை ஆண்டுகள் தங்கம் கச்சா எண்ணை பியூச்சர்ஸ் வெளிநாட்டு ரூபாய் பாரின் கரென்ஸி ஆகியவற்றை வாங்கி வைத்து விற்று லாபம் பார்க்கும் ஆண்டுகள் எந்தப் பொருளும் நீட்டி எப்போ அந்த பொருளை மாற்றங்களுக்கு ஏற்ப அதன் லாப நஷ்டங்கள் அமையும்.

ஃபண்ட் ஆப் ஃபண்ட்ஸ்

இதை ஆங்கிலத்தில் சுருக்கமாக FoF என்பார்கள். பங்குகளில் அல்லது கடன் பத்திரங்களில் நேரடியாக முதலீடு செய்யாமல், அந்தப் பணத்தில் பரஸ்பர நிதி யூனிட்டுகள் வாங்குவதுதான் இது வரை பார்த்தது. ஃபண்ட் ஆப் ஃபண்ட்ஸ் என்ற திட்டத்தில் பல்வேறு பரஸ்பர நிதிகளில் ஃபண்டு முதலீடு செய்யப்படும். இவை முதலீடு செய்யும் பரஸ்பர நிதிகள் மேலே பார்த்த பல்வேறு வகைகளில் எதுவாகவும் இருக்கலாம்.

ஹெட்ஜ் ஃபண்டுகள், வெளிநாட்டு நிறுவனப் பங்குகளில் முதலீடு செய்யும் பரஸ்பர நிதிகள், எக்ஸ்சேஞ்ச் டிரேடட் ஃபண்ட்கள் என்று தேர்வு செய்து இந்த FoFகள் முதலீடு செய்யும். பரஸ்பர நிதியில் கிடைப்பது ஒரு பாதுகாப்பு என்றால் இதில் கிடைப்பது இரட்டைப் பாதுகாப்பு.

உள்நாட்டுப் பரஸ்பர நிதிகளில் மட்டும் முதலீடு மற்றும் வெளிநாட்டு பரஸ்பர நிதிகளில் மட்டும் முதலீடு என்பது போன்ற FoFகள் இருக்கின்றன.

இன்டெக்ஸ் ஃபண்ட்ஸ்

இன்டெக்ஸ் ஃபண்ட் என்பது ஒரு பரஸ்பர நிதி. இது நிஃப்டி, ஜூனியர் நிஃப்டி, சென்செக்ஸ், பேங்க் நிஃப்டி போன்ற சந்தைக் குறியீட்டு எண் ஒன்றின் பிரதிபலிப்பு. அந்தக் குறியீட்டை

உள்ளடக்கிய அனைத்துப் பங்குகளிலும் இந்த நிதி அதன் பணத்தைக் குறியீட்டில் உள்ள அந்த பங்குகளின் வெயிட்டேஜுக்கு சமமான விகிதத்தில் முதலீடு செய்வதன் மூலம் அந்த இண்டெக்ஸ் போன்றே உயர்ந்து இறங்கும்.

பொதுவாக ஒரு இன்டெக்ஸில் சேர்க்கப்படும் பங்குகள் நன்றாகச் செயல்படும் என்பதால், இந்த ஃபண்டுகள் லாபம் தர வாய்ப்புள்ளது. இண்டெக்ஸ் இறங்கினால் நஷ்டம் வரும். ஒருவர் நேரடியாக இருபது முப்பது பங்குகளை வாங்குவதற்கு பதில் இவ்வகை ஃபண்டுகளை வாங்கலாம்.

எக்ஸ்சேஞ்ச் டிரேடட் ஃபண்ட்ஸ்-உகூஊ

தங்கம் போன்ற ஒரு குறிப்பிட்ட 'அசெட்'டையோ அல்லது தங்கம், பங்குகள், ஃபாண்டுகள் என்று பல்வேறு 'அசெட்'களையோ வாங்கி லாபம் பார்க்கும் நிதிதான் இது. இதை சந்தையில் வர்த்தகமாகும் நிதி எனும் பொருள்பட, 'எக்ஸ்சேஞ்ச் டிரேடட் ஃபண்ட்' என்று அழைக்கிறார்கள்.

பங்குகள் தினசரி வர்த்தகமாவதைப் போல ETF-களும், பங்குச் சந்தைகளில் வர்த்தகம் ஆகும். தரகர்கள் மூலம் புரோக்கரேஜ் கொடுத்து வாங்க விற்க வேண்டும். இது கொஞ்சம் கூடுதல் செலவு. முதலீடு செய்யும் அசெட்களின் விலை உயர்வு தாழ்வுகளைப் பொறுத்து இந்த ஃபண்டின் லாப நஷ்டம் அமையும்.

1993ம் ஆண்டு அமெரிக்காவில் அறிமுகமான ETF-களுக்கு தொடக்கத்தில் அவ்வளவு வரவேற்பு இல்லை. ஆனால் தற்போது அவை மிக அதிகமாக வர்த்தகமாகும் பரஸ்பர நிதி. அமெரிக்க பங்குச் சந்தைகளில் வர்த்தகமாகும் பங்குகளில் 60% ETFகள் தான் என்கிறது ஒரு தகவல்.

8. குறிப்பிட்ட தேவைகளை நிறைவு செய்யவல்ல, தீர்வுதரும் சொல்யூஷன் ஓரியண்டட் திட்டங்கள்

- சில்ரன்ஸ் ஃபண்டுகள் - 5 ஆண்டுகள் அல்லது குழந்தை 18 வயது ஆகும் வரை - இரண்டில் எது குறைவோ அந்த அளவு 'லாக் இன்'.
- ரிட்டயர்மெண்ட் ஃபண்டுகள் - 5 ஆண்டுகள் அல்லது பணி ஓய்வு பெறும் வரை - இரண்டில் எது குறைவோ அந்த அளவு 'லாக் இன்'.

5. பரஸ்பர நிதிகளில் பணம் போடும் மற்றும் எடுக்கும் வெவ்வேறு வழிமுறைகள்

1. சிஸ்டமேட்டிக் இன்வெஸ்ட்மெண்ட் பிளான் – SIP

பங்குச்சந்தையில் வர்த்தகம் நடக்கும் நேரம், பட்டியலிடப் பட்டிருக்கும் நிறுவனப் பங்குகளின் விலைகள் மாற்றங்களுக்கு உள்ளாகும். காலையில் இருக்கும் விலை மாலையில் அல்ல, அதற்கும் அடுத்த ஐந்தாவது நிமிடம் இருக்கும் என்று சொல்ல முடியாது. சில நிமிடங்களிலேயே இப்படி விலை மாற்றம் ஏற்படலாம் என்றால், ஓர் மாதம், ஓர் ஆண்டு, சில ஆண்டுகள் போன்ற கால அளவுகளில் எவ்வளவு மாற்றங்கள் சாத்தியம் என்று யோசித்துப் பாருங்கள்.

பங்குச் சந்தையில் பங்குகளின் விலைகளில் அடிக்கடி ஏற்ற இறக்கங்கள் ஏற்படும். மிக நல்ல நிறுவனத்தின் பங்கே ஆனாலும்கூட அதன் விலை என்பது ஒரு குறிப்பிட்ட ஆண்டு முழுவதும் ஒரே நிலையாக இருப்பதில்லை. உதாரணமாக, ரிலையன்ஸ் இண்டஸ்டிரீஸ் லிமிடெட் பங்கின் ஓராண்டு விலை மாற்றங்களைப் பார்க்கலாம்.

அக்டோபர் 2018ல் அதன் விலை 1016 ரூபாய். நான்கு மாதங்கள் கழித்து பிப்ரவரி 2019ல் அதன் விலை1310 ரூபாய். அதிலிருந்து ஐந்து மாதங்கள் கழித்து ரிலையன்ஸ் பங்கு விலை 1109. அதன்பின் இரண்டே மாதங்களில், அதாவது அக்டோபர் 2019ல் விலை 1430.

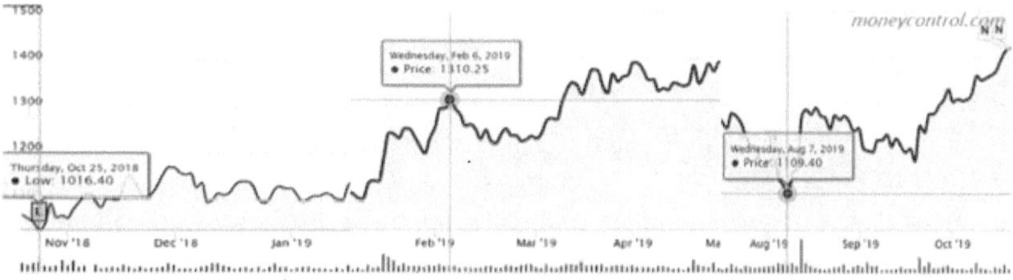

இப்படியாக விலை பல்வேறு காரணங்களுக்காக உயரும், இறங்கும். தொடர்ந்தும் உயரலாம். தொடர்ந்து இறங்கவும் செய்யலாம். இதற்கான காரணங்கள் அந்தக் குறிப்பிட்ட நிறுவனம் சார்ந்ததாக இருக்கலாம். அல்லது மொத்த சந்தையின் போக்கு காரணமாகவும் இருக்கலாம். சாதாரண முதலீட்டாளரால் மட்டுமல்ல, அனுபவம் உள்ளவர்களாலும் கூட எல்லா நேரமும் சரியாகக் கணிக்க முடியாது.

இது பங்குச் சந்தையில் பட்டியலிடப்பட்டிருக்கும் எல்லாப் பங்குகளுக்கும் பொருந்தும். டாடா குழுமத்தின் தகவல் தொழில் நுட்ப நிறுவனமான டிசிஎஸ் பங்கின் ஓராண்டு விலை மாற்றங் களையும் பார்த்தாலும் அது தெரியவரும்.

நவம்பர் 2018ல் 1800 ரூபாய் இருந்த டிசிஎஸ் பங்கு விலை, டிசம்பர் மாதம் 2000க்கு அருகில். மார்சில் 1900 அருகில். பிப்ரவரியில் 2100.மே மாதம் 2200. அக்டோபர் 2019ல் 200க்கும் கீழ்.

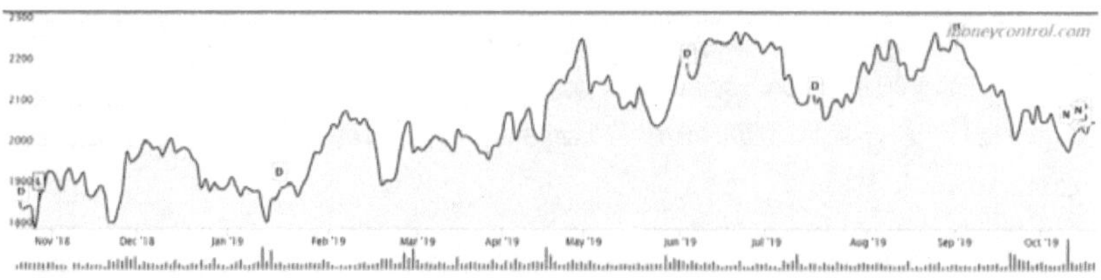

ஆகவே இதுதான் மிகக் குறைந்த விலை என்றோ, இதுதான் வாங்குவதற்கு சரியான நேரமென்றோ சரியாக கணித்து பங்குகள் வாங்குவது இயலாது.

பங்குகளில் முதலீடு செய்ய தீர்மானித்த ஒருவர் ஒரே வர்த்தகத்தில் மொத்தமாக பங்கு வாங்குவதைக் காட்டிலும், சிறு சிறு அளவுகளில் குறிப்பிட்ட கால இடைவெளிகளில் தொடர்ந்து வாங்கினால் அவருக்கு சாதகமாக இருக்கும். தவறுதலாக உயர்ந்த விலையில் வாங்கிவிடமாட்டார்.

பங்குகள் மட்டுமல்ல; பங்குகளில் முதலீடு செய்யும் பரஸ்பர நிதிகளின் நிகர சொத்து மதிப்பான NAV மதிப்புகளும் இப்படியாகவே ஒவ்வொரு நேரத்தில் ஒவ்வொரு மதிப்பில் இருக்கும். சில நேரங்களில் உயர்ந்தும் வேறு நேரங்களில் குறைந்தும் இருக்கும். காரணம் அதேதான். ஈக்விட்டி பரஸ்பர நிதிகள், அவை வைத்திருக்கும் பங்குகளின் விலை மாற்றங்களால் தாக்கம் பெறும்.

பரஸ்பர நிதிளிலும் ஒரே தவணையாக முதலீடு- lump sum investment என்பார்கள்- முதலீடு செய்யவேண்டாம்.

வாங்கியபின் விலைகள் உயர்ந்தால் சந்தோஷம். இறங்கினால் வருத்தம். ஏறுமா இறங்குமா என்பதி யூகிக்க முடியாத நிலையில், கொஞ்சம் கொஞ்சமாக, தொடர்ந்து வாங்குவதே புத்திசாலித்தனம்.

சந்தை இறங்கி இறங்கி விலைகள் மிகவும் குறைந்துவிட்டன. இதற்கு மேல் குறைய வாய்ப்பே இல்லை என்று நிச்சயமாகத் தெரிந்தால், அந்த சமயத்தில் கண்டிப்பாக ‘லம்ப் சம்’ முதலீடு செய்யலாம். மற்றபடி பெரும்பாலான நேரங்களில் இருக்கும் விலைகளை, இதுதான் மிக குறைந்த விலைஎன்று சொல்வது கடினம்.

இந்த பிரச்னைக்குத் தீர்வாக அமைவதுதான் SIP.

ஒருவர் ஆண்டுக்கு 12,000 ரூபாய் பரஸ்பர நிதியில் முதலீடு செய்ய முடிவு செய்திருக்கிறார் என்றால் அவர் மாதம் 1000 ரூபாய் வீதம் முதலீடு செய்யலாம்.

எஸ்.ஐ.பிஎன்பது மாதாந்திர தவணையாகத்தான் இருக்க வேண்டும் என்கிற அவசியமில்லை. அதை வாரம் ஒரு முறை என்று ஒரு ஆண்டில் இருக்கும் 52 வாரங்களுக்கு விடாமல் தொடர்ந்து செய்ய முடியும்.

மேலும், ஒரு ஆண்டில் வர்த்தகம் நடக்கும் அத்தனை நாட்களிலும் தினசரி ஒரு குறிப்பிட்ட தொகையை முதலீடு செய்வதை, ‘டெய்லி பிளான்’ என்று சொல்லுகிறார்கள். ஒவ்வொரு நாளும் 500 ரூபாய் என்கிற அளவில் ஒரு மாதத்துக்கு 15,000 வருடத்துக்கு லட்சத்து எண்பதாயிரம் ரூபாய் என்பதுபோலக்கூட தொடர் முதலீடு செய்யலாம். மூன்று மாதங்களுக்கு ஒருமுறை என்ற இடவெளியிலும் செய்யலாம்.

எஸ்ஐபி முறையில் ஒரே அளவான பணத்தை முதலீடு செய்வதால், சந்தையில் பங்குகள் விலை அதிகரித்திருந்தால் பரஸ்பர நிதியின் NAV அதிகரித்திருக்கும். அதனால் குறைவான யூனிட்டுகள் கிடைக்கும். சந்தையில் பங்குகள் குறைந்திருந்தால், NAVயும் அதற்கு

ஏற்றாற்போல குறைந்திருக்கும். அதனால் அதே அளவு எஸ்ஐபி பணத்துக்குக் கூடுதல் யூனிட்கள் கிடைக்கும்.

மாதம் 1000 ரூபாய் என ஜனவரி முதல் டிசம்பர் வரையிலான 12 மாதங்களுக்கு எஸ்.ஐ.பி முறையில் பணம் போடுகிறார். அவர் வாங்கும் பரஸ்பர நிதியின் ஜனவரி மாத NAV 10 ரூபாய் 15 காசுகள். அவருடைய 1000 ரூபாய்க்கு அவர் கணக்கில் 98.522 யூனிட்கள் அந்த பரஸ்பர நிதி வரவு வைக்கப்படும். இப்படியே மாதாமாதம் அவரது 1000 ரூபாய்க்கு அவருக்கு யூனிட்கள் கிடைக்கும்.

மாதம்	எஸ்.ஐ.பி தொகை	NAV	கிடைக்கும் யூனிட்கள்
ஜனவரி	1000	10.15	98.522
பிப்ரவரி	1000	10.2	98.039
மார்ச்	1000	10.35	96.618
ஏப்ரல்	1000	10.45	95.694
மே	1000	10.5	95.238
ஜூன்	1000	10.6	94.340
ஜூலை	1000	10.4	96.154
ஆகஸ்ட்	1000	10.3	97.087
செப்டெம்பர்	1000	10.4	96.154
அக்டோபர்	1000	10.6	94.340
நவம்பர்	1000	10.65	93.897
டிசெம்பர்	1000	10.75	93.023
		10.44583	1149.106

12 மாதங்களின் முடிவில், மேலே அட்டவணையில் காட்டியுள்ளபடி அவருக்கு 1149.106 யூனிட்கள் கிடைத்திருக்கும். மாதாமாதம் அந்த பரஸ்பர நிதி வைத்திருக்கும் பங்குகளின் விலை மாற்றத்துக்கு ஏற்ப, அந்த நிதியின் NAV மாறிக்கொண்டேயிருக்கும். சில நேரம் உயர்ந்தும் சில மாதங்களில் குறைந்தும் இருக்கும். அவருக்கு எந்த மாதம் NAV அதிகரிக்கும் அல்லது குறையும் என்று முன்கூட்டியே தெரியாது. அதனால், எந்த ஒரு நேரமும் முழுப்பணத்தையும் போடாமல் ஒவ்வொரு மாதமும் என தொடர்ந்து முதலீடு செய்வதால் அவருக்கு ஒரு சராசரி விலை கிடைத்துவிடுகிறது. இதுதான் லாபம்.

அவர் செய்த மொத்த முதலீடு 12,000

அவருக்கு கிடைத்த மொத்த யூனிட்ஸ் : 1149.106

சராசரி NAV : 10.4429

இந்த தொடர் முதலீட்டுத் திட்டம் என்பது பங்குகளில் முதலீடு செய்வதற்கும் பங்குச் சந்தையில் முதலீடு செய்யும் பரஸ்பர நிதிகளில்- ஈக்விட்டி ஸ்கீம்ஸ்- முதலீடு செய்வதற்கும் ஏற்றது.

கடன் பத்திரங்கள் சார்ந்த பரஸ்பர நிதியில் முதலீடு செய்வதற்கு இந்த முதலீட்டு முறையைத் தேர்ந்தெடுக்க வேண்டும் என்ற கட்டாய மில்லை. அதன் மூலம் பெரிய அனுகூலமும் கிடைக்காது. ஆனாலும் கூட, ஒருவரால் சிறுசிறு தொகைகளாகத்தான் சேமிக்க முடியும் என்கிற பட்சத்தில் அவர் டெட் ஃபண்டுகளைத் தேர்ந்தெடுத்து இருந்தாலும் இந்த முறையில் செய்யலாம் அதனால் பாதகமில்லை.

இந்த எஸ்ஐபி (SIP) தவிர எஸ்.டி.பி (STP)மற்றும் எஸ்.டபிள்யு.பி (SWP) போன்றவையும் உண்டு.

அடுத்தது, STP எனப்படும் சிஸ்டமேட்டிக் டிரான்ஸ்பர் பிளான் குறித்துப் பார்க்கலாம்.

2. சிஸ்டமேட்டிக் டிரான்ஸ்பர் பிளான் – STP

பங்குகள் தொடர்பான ஃபண்டில் போடுவதற்கு என்று ஒரு தொகையை ஒதுக்கியாயிற்று என்றாலும் அதை மொத்தமாக ஒரே தடவையாக முதலீடு செய்யவேண்டாம். அதற்கு பதிலாக அந்தத் தொகையை சிறு அளவுகளில் பல தடவைகளாக, அதாவது எஸ்ஐபியாகப் போடலாம் என்பனவற்றை ஏற்கனவே பார்த்து விட்டோம்.

ஆண்டு ஒன்றில் 12,000 முதலீடு செய்ய நினைப்பவர் முதல் மாதம் 1000 தான் எஸ் ஐ பி தொகையாகக் கட்டுவார். அவரிடம் மீதம் 11,000 இருக்கும். அடுத்த மாதம் மற்றுமொரு 1000. மீதம் 10,000. இப்படியே அவர் செய்தால் ஆண்டு இறுதியில் 12,000 பணமும் எஸ்.ஐ.பி மூலம் முதலீடாகியிருக்கும்.

இப்போது கேள்வி என்னவென்றால் அவரிடம் முதல் மாத முடிவில் 11,000, இரண்டாம் மாத முடிவில்10,00 என்பது போல பணம் சும்மா இருக்குமே. அதற்கு ஏதாவது செய்யமுடியுமா?

அதற்கு அதிகம் யோசிக்கத் தேவையில்லாத சுலபமான வழி அந்தப் பணத்தை வங்கியில் சேமிப்பு கணக்கு ஒன்று தொடங்கி அதில் போட்டு வைத்துவிடுவதுதான்.

இப்படிச் செய்தால், மாதாமாதம் எஸ்.ஐ.பி-க்கு எடுத்தது போக மீதம் உள்ள தொகைக்கு வட்டி கிடைக்கும். அந்த வட்டி 4 முதல் 6 சதவிகிதம் வரை இருக்கும்.

அது மிகவும் குறைவான வட்டியாக இருக்கிறதே என்று நினைப்பவர்களுக்காக உருவாக்கப்பட்டதுதான் சிஸ்டமேட்டிக் டிரான்ஸ்பர் பிளான்- STP.

ஆரம்பப் பணமான 12,000 ரூபாயை ஒரு கடன்பத்திர பரஸ்பர நிதியில் போட்டுவிடுவது. அதற்கு எப்படியும் வங்கி வட்டியைக் காட்டிலும் கூடுதல் வட்டி கிடைக்கும். அந்த 12,000 முதலீட்டில் இருந்து மாதாமாதம் சீராக 1000 ரூபாய்க்கு யூனிட்கள் விற்று அந்தப் பணத்தை எஸ்.ஐ.பி போல வேறு ஒரு பரஸ்பர நிதி வாங்கப் பயன்படுத்துவது. இந்த எல்லா வேலைகளையும் ஒரு பரஸ்பர நிதி நிறுவனமே செய்யும். இதுதான் சிஸ்டமேட்டிக் டிரான்ஸ்பர் பிளான்- STP. சிஸ்டமேட்டிக்காக மாதாமாதம் டெட் பண்டில் இருந்து ஈக்விட்டி ஃபண்டுக்கு ஒரு தொகையை மாற்றுவது.

டெட் ஃபண்டில் இருந்து ஈக்விட்டி ஃபண்டுக்கு மாற்ற முடிவு செய்வதுபோலவே, ஈக்விட்டி ஃபண்டில் இருந்து டெட் பண்டுக்கு மாற்றம் செய்யவும் முடியும். அந்த இரண்டு ஃபண்டுகளும் ஒரே நிறுவனத்தில் (மியூட்சுவல்ஃபண்ட் கம்பெனி) இருக்கவேண்டும் என்பது மட்டுமே கட்டாயம்.

எஸ்.டி.பி-ல் மூன்று வகை டிராஸ்பர் திட்டங்கள் இருக்கின்றன.

1. பிக்செட் எஸ்.டி.பி : மேலே பார்த்தது போல, குறிப்பிட்ட அளவு பணம் டிரான்ஸ்பர் செய்வது
2. கேப்பிடல் அப்பிரிசியேஷன் எஸ்.டி.பி: ஒரு ஃபண்டில் கிடைக்கும் கூடுதல் பணத்தை மட்டும் மற்றொரு ஃபண்டுக்கு மாற்றுவது. உதாரணத்துக்கு ஈக்விட்டி ஃபண்டில் கிடைக்கும் லாபத்தை அவ்வபோது எடுத்து வேறு ஒரு ஃபண்டுக்கு மாற்றி விடுவது. அல்லது டெட் ஃபண்டில் இருந்து வட்டியை மட்டும் எடுத்து ஈக்விட்டி ஃபண்டுக்கு மாற்றுவது.
3. பிளெக்சி எஸ்.டி.பி: அவ்வபோது வெவ்வேறு தொகைகளுக்கு ஒரு ஃபண்டில் இருந்து மற்றொரு ஃபண்டுக்கு மாற்றுவது.

எஸ்.ஐ.பி போலவே இதிலும் தினசரி, வார, மாத மற்றும் காலாண்டு ஆப்ஷன்கள் உண்டு.

கூடவே 'எக்ஸிட் லோட்' என்ற கட்டணமும் இருக்கலாம். ஃபண்ட் ஹவுஸில் விசாரித்துக்கொள்ளவேண்டும்.

பரஸ்பர நிதியில் எப்போதும் 'மினிமம் பேலன்ஸ்' 25% இருக்க வேண்டும் என்பது இந்த திட்டத்தில் ஒரு கட்டாயம்.

3. சிஸ்டமேட்டிக் வித்டிராவல் பிளான் – SWP

மூன்றாவது சிஸ்டமேட்டிக் வித்டிராயல் பிளான். அடிப்படையில் இது ஒரு பரஸ்பர நிதி திட்ட முதலீடுதான்.

இதில் போடப்படும் பணத்தை வெளியே எடுக்கும் முறைதான் வித்தியாசமானது. ஒவ்வொரு மாதமும் அல்லது காலாண்டு, அரையாண்டு என்பதுபோல சீரான இடைவெளிகளில் இந்த ஃபண்டில் இருந்து குறிப்பிட்ட தொகையை எடுத்துக்கொள்ள வேண்டும். அதுமட்டும்தான் வித்தியாசம். மற்றபடி எல்லாம் பரஸ்பர நிதியின் செயல்பாடுகள்தான். முறைகள்தான்.

இது சிஸ்டமேட்டிக் இன்வெஸ்ட்மெண்ட் பிளானில் செய்வதற்கு நேர் எதிரானது. கொஞ்சம் கொஞ்சமாகப் பணத்தை முதலீடு செய்து, பின்பு மொத்தமாக அது செய்த முதல் பெருக்கத்துடன் பெற்றுக் கொள்வது சிஸ்டமேட்டிக் இன்வெஸ்ட்மெண்ட் பிளான். SWP என்பதில், தொடக்கத்தில் ஒரு பெரிய தொகையை முதலீடு செய்து விட்டு, பின்பு அதிலிருந்து தொடர்ந்து கொஞ்சம் கொஞ்சமாகப் பெற்றுக்கொள்வது.

சீரான வெளியேற்றம் என்பதுதான் சிஸ்ட்மேட்டிக் வித்ட்ராயல். பரஸ்பர நிதியின் முதலீடுகள் கடன் பத்திரங்கள் அல்லது பங்குகள் அல்லது இரண்டும் கலந்து பேலன்ஸ்டு ஆகவும் இருக்கலாம். வருமானம் பெறும் வகையைப் பொறுத்தவரை இதில் 'டிவிடெண்ட் ஆப்ஷன்' கிடையாது. 'குரோத் ஆப்ஷன்' மட்டுமே உண்டு.

யாருக்கு மற்றும் எதற்காக SWP?

ஒருவரிடம் கணிசமான அளவு பணம் இருக்கிறது. உதாரணத்துக்கு, அவர் பணி ஓய்வு பெற்றவர். அவருக்கு கிராஜிவிட்டி தொகை கிடைத்திருக்கிறது. அல்லது அவரிடம் வேறு சேமிப்பு இருக்கிறது. அவர் அந்தப் பணத்தை வங்கியில் டெப்பாசிட்டாக போடலாம் என்று நினைக்கிறார். ஆனால் அதிலிருந்து அவருக்கு மாதாமாதம் அதிலிருந்து வரக்கூடிய வட்டி குறைவு. செலவுக்குப் போதாது என்று நினைக்கிறார். பணம் தேவைப்படுகிறது. அவருக்கு பென்ஷன் போன்ற வேறு வருமானங்கள் இல்லை.

அப்படியிருக்கும் பட்சத்தில், அவர் கையில் இருக்கும் மொத்த தொகையையும், உதாரணத்துக்கு 30 லட்சம் ரூபாயையும் ஒரு பரஸ்பர நிதியில் SWP திட்டமாகப் போட்டு விடலாம்.

போடப்பட்ட பணம் அதன் போக்கில் ஏனைய பரஸ்பர நிதிகள் போல வருமானம் செய்து கொண்டிருக்கும். அந்த வருமானம் இவருக்குத் தேவைப்படும் அளவாக இருந்தாலும் இல்லாவிட்டாலும் இவர் தனக்கு செலவுக்கு மாதாமாதம் எவ்வளவு வேண்டும் என்று எழுதிக் கொடுத்தாரோ அந்த அளவு - உதாரணத்துக்கு மாதம் 15 ஆயிரம் ரூபாய்- பணத்தை பரஸ்பர நிதி மாதாமாதம் கொடுத்துவிடும்.

அது கொடுப்பது இவரது கணக்கில் இருந்துதான். அதற்குத் தக்க அளவில் இவருடைய பரஸ்பர நிதி யூனிட்களை விற்றுவிடுவார்கள். இதன் மூலம் இவருடைய யூனிட்களின் எண்ணிக்கை அதாவது முதலீட்டுப் பணம் தொடர்ந்து குறைந்துகொண்டே வரும். மீதமிருக்கும் யூனிட்களின் நிகர சொத்து மதிப்புக் கூடலாம். அந்தவிதம் முதலீடு செய்வார்கள். அந்த வேலையை ஃபண்ட் மேனேஜர் செய்வார்.

பெற்றோருக்குக் கொடுக்கலாம்

மற்றொருவர் அவரது பெற்றோருக்கு மாதாமாதம் பணம் அனுப்ப விரும்புகிறார். அதற்காகவே ஒரு தொகையை ஒதுக்கி வைக்கிறார். அந்தத் தொகையை அவர் இந்த விதத்தில் ஒரு பரஸ்பர நிதியில் முதலீடு செய்துவிடலாம். அவர் நியமனம் செய்யும் நபருக்கு மாதா மாதம் குறிப்பிட்ட தொகையை அந்த ஃபண்டில் இருந்து எடுத்துக் கொடுங்கள் என்று எழுதிக் கொடுத்துவிட்டால் போதும். மாதா மாதம் அந்தத் தொகை நாமினியின் வங்கிக்கணக்குக்குப் போய்விடும்.

எவருக்கெல்லாம் பணம் கொடுக்கச் சொல்லலாம்?

பயனாளியாக ஒருவர் அவரது குடும்ப உறுப்பினர்களைத்தான் சேர்க்க வேண்டும். தகுதியுள்ள பயனாளிகள் 15 வயது மற்றும் அதற்கு மேற்பட்ட வயதுடைய குழந்தை அல்லது உடன்பிறந்தோர், முதலீட்டாளரின் மனைவி அல்லது கணவன் மற்றும் பெற்றோர் களைப் பயனாளிகளாக நியமனம் செய்யலாம்.

இந்த வசதியைப் பெறும் பயனாளி ஒரு இந்தியக் குடிமகனாக இருக்கவேண்டும். குறைந்தபட்சமாக ரூ.5,000 மற்றும் குறைந்த பட்சம் 12 மாதங்களுக்குக் கொடுக்குமாறு செய்யவேண்டும்.

இவற்றைச் செய்துவிட்டால் போதும். நாம் நியமனம் செய்த நபருக்கு நமது பண்டில் இருந்து குறிப்பிட்ட தொகை தொடர்ந்து வழங்கப்படும். மீதப்பணம் முதலீட்டில் இருந்து வருமானம் பார்க்கும். முதிர்வு காலத்தில் திரும்ப கிடைக்கும்.

உதாரணம்: SBI Mutual Fund Bandhan SWP

ஸ்டேட் பேங்க் ஆப் இந்தியாவின் அப்படிப்பட்ட ஒரு திட்டத்தின் பெயர் , எஸ்.பி.ஐ.மியூச்சுவல் ஃபண்ட், பந்தான் எஸ்.டபிள்யூ.பி.

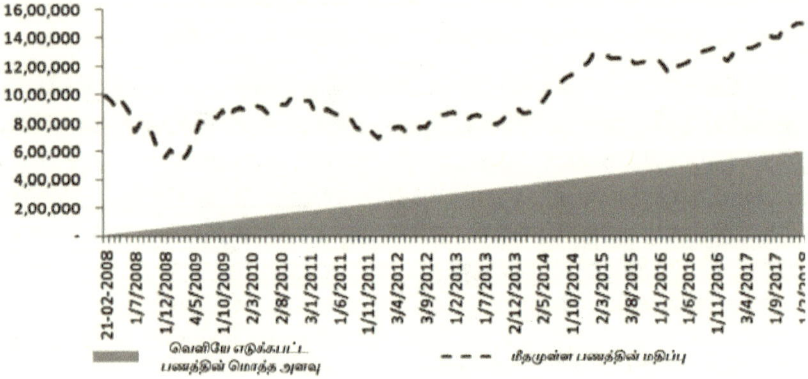

Source: Advisorkhoj SWP calculator

அவர்களுடைய வலைதளத்தில் கொடுக்கப்பட்டிருக்கும் விவரங்கள் படி, ஒருவர் 10 ஆண்டுகளுக்கு முன்பு இந்த திட்டத்தில் 10 லட்ச ரூபாய் முதலீடு செய்துவிட்டு, மாதம் 5000 ரூபாய் தொடர்ச்சியாக பெற்றிருந்தாரானால் அவருக்கு மாதாந்திரத் தொகைகளாக 6 லட்சமும், முதிர்வுத் தொகையாக 15 லட்சமும் கிடைத்திருக்கும்.

மேலே காட்டப்பட்டுள்ள படத்தில் கீழ் வரிசையில் 2008 முதல் 2018 வரையிலான காலத்தைக் காட்டியிருக்கிறார்கள். வலது பக்கம், ஒவ்வொரு கால கட்டத்திலும் அந்த 10 லட்ச ரூபாய் முதலீட்டின் நிகர சொத்து மதிப்பு எவ்வளவு ஆக இருந்திருக்கும் என்று காட்டி இருக்கிறார்கள்.

2008, 2009ம் ஆண்டு காலகட்டங்களில் முதலீட்டின் நிகர சொத்து மதிப்பு 6 லட்ச ரூபய்க்கும் கீழ் வந்திருக்கிறது. 2015ல் 12 லட்சத்தைத் தாண்டியிருக்கிறது. 2017 முதல் மேலும் உயர்ந்து முதிர்வு காலத்தில் 15 லட்சத்தைத் தொட்டிருக்கிறது.

6.எப்படி வாங்குவது?
வாங்கும் போது கவனிக்க வேண்டியவை.

பரஸ்பர நிதிகள் நியு ஃபண்ட் ஆஃபரான NFO தவிர மற்ற நேரங்களில் அவற்றின் நிகரசொத்து மதிப்பான NAV அடிப்படையில்தான் விற்கப்படும். வாங்குபவர்கள் அந்த விலையில்தான் வாங்க முடியும். ஆனால், ஒரு குறிப்பிட்ட திட்டத்தின் நிகர சொத்துமதிப்பு, அதை வாடிக்கையாளர் வாங்கும் முறையைப் பொறுத்து ஒன்றிரெண்டு சதவிகிதங்கள் கூடுதல் குறைச்சலாக இருக்கும்.

பரஸ்பர நிதிகளை முகவர் மூலம் அல்லாமல் நேரடியாக வாங்கு வதற்கு 'டைரக்ட் மியூட்சுவல் ஃபண்ட்' என்று பெயர். மற்றவற்றுக்கு, 'ரெகுலர் மியூட்சுவல் ஃபண்ட்' என்று பெயர்.

டைரக்ட் மியூட்சுவல் ஃபண்டின் யூனிட்களின் விலை, ரெகுலர் ஃபண்டுகளின் விலையைக் காட்டிலும் குறைவாக இருக்கும். காரணம், அதில் முகவர் கமிஷன் இல்லை. ஒரே விதமான பரஸ்பர நிதி திட்டத்தை ரெகுலர் ஃபண்டில் வாங்குவதற்கும், டைரக்ட் ஃபண்டில் வாங்குவதற்கும் இடையே வேறுபாடு உண்டு. லட்ச ரூபாய்க்கு வாங்கினால் ரெகுலரில் கிடைப்பதைக் காட்டிலும் டைரக்ட்டில் கூடுதல் யூனிட்கள் கிடைக்கும். வாங்குபவருக்கு லாபம்.

உதாரணத்துக்கு HDFC Top 100 Fund-ன் எக்ஸ்பென்ஸ் ரேஷியோ, டைரக்ட் முறையில் வாங்கினால் 1.28%. அதையே ரெகுலர் என்ற இடைத்தரகர் மூலம் வாங்கினால் 1.78%. அரை சதவிகிதம் கூடுதல். இதனால் அதே பண்டின் NAV, இந்த இரண்டு முறைகளிலும் சற்று வித்தியாசப்படும். லட்ச ரூபாய்க்கு அந்த ஃபண்டின் யூனிட்டுகள்

வாங்கினால், 500 ரூபாய் வேறுபாடு. ரெகுலரில் 500 ரூபாய் குறைச்சல். அல்லது டைரக்டில் 500 ரூபாய் கூடுதல். 10,000 ரூபாய்க்கு வாங்கினால் 50 ரூபாய் வித்தியாசம்.

'வாங்கும் முறை'

பரஸ்பர நிதிகளை இரண்டு விதங்களில் வாங்கலாம். முதலாவது திட்டத்தை நடத்தும் அசெட் மேனேஜ்மெண்ட் கம்பெனி (AMC) யிடமிருந்து நேரடியாக வாங்குவது. இதை அந்த நிறுவனங்களின் போர்ட்டல்களில் 'ஆன் லைன்'னில் வாங்கலாம். இதன் பெயர் டைரக்ட் முறை. AMC களின் போர்ட்டல்கள் தவிர, MF Utility, Camsonline, KarvyKtrack போன்ற இணையயதளங்களிலும் டைரக்ட் திட்டங்களை நேரடியாக வாங்கலாம். இவற்றில் எல்லாம் முழுவதும் இலவசம். எந்தக் கட்டணமும் இல்லை. இவற்றில் வாங்கும்போது எக்ஸ்பென்ஸ் ரேஷியோ குறைவு.

இப்படியாக 15க்கும் மேற்பட்ட பிளாட்பாரம்கள் இருக்கின்றன. சிலவற்றில் ஓரளவு கட்டணம் உண்டு.

இரண்டவது வழி, AMCகளில் இருந்து வாங்கித் தரும் இடைத் தரகர் மூலம் வங்குவது. இவற்றை ஆன்லைன் மூலமோ, ஆப் லைன் மூலமோ வாங்கலாம். இதன் பெயர் ரெகுலர் முறை. இடைத் தரகர்களாகப் பங்குத் தரகர்கள், நிதி ஆலோசனை நிறுவனங்கள், தனி நபர்கள்-பைனான்சியல் அட்வைசர்கள், ஐஐசிஐ டைரக்ட், பஜாஜ் பைனான்ஸ் போன்ற நிதி நிறுவனங்கள் இயங்குகின்றன.

ரெகுலருக்கும் டைரக்டுக்கும் இடையே இருக்கும் வேறுபாடு, ஈக்விட்டி ஃபண்டுகளில் இருக்கும் அளவு டெட் ஃபண்டுகளில் இருக்காது. காரணம், டெட் ஃபண்டுகளில் டைரக்ட் முறையிலேயே 'எக்ஸ்பென்ஸ் ரேஷியோ' குறைவுதான்.

எக்ஸ்பென்ஸ் ரேஷியோ

அசெட் மேனேஜ்மெண்ட் கம்பெனிகள் (AMC) அவை நடத்தும் ஒவ்வொரு திட்டத்துக்கும், பல்வேறு நிர்வாக செலவுகள், ஃபண்ட் மேனேஜர் போன்றோரின் சம்பளம், போனஸ் மற்றும் பரஸ்பர நிதியை வினியோகிக்க (விற்க) ஆகும் கமிஷன் என்று பல செலவுகள் செய்யவேண்டும்.

பரஸ்பர நிதி எந்த வகையைச் சேர்ந்தது - ஈக்விட்டியா, டெட்-ஆ? இன்கமா, குரோதா? நிதியின் தொகை எவ்வளவு? போன்ற பலவற்றின் அடைப்படையில் அந்தச் செலவுத் தொகை நிதிக்கு நிதி

மாறுபடும். நிர்வாகம் செய்யும் திறமை மற்றும் நேர்மை ஆகிவற்றாலும் அது கூடலாம் அல்லது குறையலாம்.

பரஸ்பர நிதி என்பது பலரிடம் பணம் பெற்று, முதலீடு செய்து லாபம் பார்த்து, பிரித்துக்கொடுப்பது. இந்தச் செலவுகள் போக மீதம் இருப்பதுதான் லாபம். பரஸ்பர நிதியின் யூனிட்களின் NAV எனப்படும் நிகர சொத்து மதிப்பு ஒரு சிறிய அளவில் இந்த செலவாலும் பாதிக்கப்படும்.

பல்வேறு AMCகளும் வெவ்வேறு அளவுகளில் செய்து கணக்கெழுத, முதலீட்டாளர்கள் பணத்தை செலவு செய்யக்கூடாது என்ற நோக்கத்தில், கண்காணிப்பு ஆணையம் இதற்கு அளவுகள் வைத்திருக்கிறது. அந்த அளவு, ஒரு திட்டம், அது நிர்வகிக்கும் மொத்தப் பணத்தில் எத்தனை சதவிகிதம் வரை மட்டும் செலவு செய்யலாம் என்பதைத் தீர்மானிக்கும். இதை, 'டோட்டல் எக்ஸ்பென்ஸ் ரேஷியோ' (TER) என்பார்கள்.

இந்த TER அளவை கடந்த செப்டம்பர் 2018ல் செபி குறைத்திருக்கிறது. என்ன வகை திட்டங்களுக்கு, எவ்வளவு மொத்த நிதி (AUM) இருந்தால் எத்தனை சதவிகிதம் வரைமட்டுமே இருக்கவேண்டும் என்று நிர்ணயம் செய்திருக்கிறது. அதன்படி, மிக குறைந்தபட்சமாக *0.8* சதவிகிதத்தில் இருந்து மிக அதிக பட்சமாக *2.25* சதவிகிதம்தான் இருக்கலாம். எந்த வகை திட்டங்களுக்கு எவ்வளவு சதவிகிதம் என்பது கீழே இருக்கும் அட்டவணையில் கொடுக்கப்பட்டிருக்கிறது.

Total Expense Ratio

AUM (Rs crore)	TER for equity-oriented schemes (%) Fund of Funds)	TER for other schemes (excl. Index, ETFs and
0 - 500	2.25	2.00
500 - 750	2.00	1.75
750 - 2,000	1.75	1.50
2,000 - 5,000	1.60	1.35
5,000 - 10,000	1.50	1.25
10,000 - 50,000	TER reduction of 0.05% for every increase of 5,000 crore AUM of part thereof	TER reduction of 0.05% for every increase of 5,000 crore AUM of part thereof
> 50,000	1.05	0.80

இவை தவிர முதல் 30 பெரிய நகரங்களுக்கு வெளியில் சிறுமுதலீட்டாளர்களுக்கு (ஒரு வர்த்தகத்தில் 2 லட்சம் ரூபாய்க்குள்) விற்பனை செய்யப்படும் பரஸ்பர நிதிகளுக்கு 30 பேசிஸ் பாயிண்ட்ஸ் (0.3%) கூடுதலாகச் செலவு செய்யலாம்.

இப்படி செபி குறைத்ததும், பல்வேறு அசெட் மேனேஜ்மென்ட் கம்பெனிகளும், அவை அதுவரை முகவர்கள், டிஸ்டிரிப்யூட்டர் களுக்குக் கொடுத்துவந்த கமிஷனைக் குறைத்துவிட்டன. தவிர, நேரடியாக அவர்கள் வலைதளங்கள் மூலம் வாங்குபவர்களுக்குக் கட்டணம் இல்லை என்றும் சொல்லிவிட்டன. இதன்மூலம் AMC அதன் மற்ற செலவுகளைக் குறைக்க வேண்டியதில்லை.

நம் நாட்டில் தற்போதைய நிலவரப்படி லட்சத்து 24 ஆயிரம் பரஸ்பர நிதி டிஸ்ட்ரிப்யூட்டர்கள் இருக்கிறார்கள். இவர்களில் சிலர், 'இன்டிபென்டென்ட் பைனான்சியல் அட்வைசர்'கள். சில நிறுவனங்கள் டிஸ்டிரிப்யூஷன் வேலையைச் செய்கின்றன. அவர்களுக்கு 'கார்ப்பரேட் ஏஜென்ட்'கள் என்று பெயர். அவை விற்பனையாளர்களை வேலைக்கு அமர்த்தி விற்பனை செய்யும்.

ஒரு விதமான திட்டத்தை விற்பனை செய்ய, எல்லா AMCகளும் ஒரே போல கமிஷன் கொடுப்பதில்லை. சில நிறுவனங்கள் கூடுதலாகவும், வேறு சில குறைவாகவும் கொடுக்கின்றன. இதனால் முகவர்கள், அதிக கமிஷன் கிடைக்கும் பரஸ்பர நிதிகளை முகவர்கள் பரிந்துரை செய்யும் ஆபத்து, ரெகுலரில் இருக்கிறது.

அதேநேரம், சிறிய விலை வேறுபாட்டுக்காக டைரக்ட் முறைக்குப் போகிறவர்களுக்கு முகவர்கள் மூலம் கிடைக்கிற 'சர்விஸ்' கிடைக்காது. 'சர்விஸ்' சில் நோ யுவர் கஸ்டமர்'ருக்கான (KYC) வேலைகளும் அடங்கும்.

ரெகுலர் முறையில் வாங்கும்போது கொடுக்கும் கூடுதல் விலை என்பது வீடு வாங்கினால், வாடகைக்குப் பிடித்தால் புரோக்கர் கமிஷன் கொடுப்பது போன்றதுதான். அதற்குண்டான பலன்கள் இருக்கவே செய்யும். டைரக்ட்டில் வாங்கும்போது, எது சிறந்தது என்பதை வாங்குபவரே தேர்வு செய்யவேண்டும். அது சுலபமல்ல என்று நினைப்பவர்களும் உண்டு.

பரஸ்பர நிதிகள் குறித்து நன்கு அறிந்தவர்கள் டைரக்ட்க்குப் போகலாம். அதிக பரிச்சயம் இல்லாதவர்கள், அதிக நேரம் செலவழிக்க முடியாதவர்கள், தெளிவு கிடைக்கும் வரையிலாவது முகவர்கள் மூலம் போகலாம்.

Best Direct Mutual Funds Platforms in India to invest online
(www.basunivesh.com)

No.	Name	Fees
1	Respective AMC Portals	Free
2	MF Utility	Free
3	CAMS Online/MYCAMS	Free
4	Karvy Ktrack	Free
5	BharosaClub	Up to Rs.5 lakh Portfolio-Rs.1780 | Above Rs.5 lakh to Rs.2 Cr-Rs.1,800+0.25% of Portfolio Value | Above Rs.2 Cr-Rs.51,800
6	ClearFunds	Rs.199 whenever you invest a lump sum or freshly register a SIP (Irresepctive of amount)
7	Invezta	Up to Rs.50,000 - FREE - Above that Rs.79 per month - Rs.109 per month Platform Fee+RoboAdvisory Fee for above Rs.50,000
8	Kuvera	COMPLETELY FREE
9	Expowealth	Rs.149 per month
10	MoneyFront	Rs.100 per month
11	OroWealth	Free-Purchase/Switch/Redeem less than Rs.50,000-Rs.50 and more than Rs.50,000-0.1% - Rs.2,500 a year up to AUM of Rs.25 lakh - Rs.10,000 a year up to Rs.1,25,00,000
12	Piggy	Lump sum-For non Liquid-Rs.30 and for Liquid-Rs.3 12 SIP-Rs.100 per year per fund
13	Savvy	Up to Rs.49,999-0.5% PA, Rs.50,000 to Rs.99,999-0.45% PA ; Rs.1,00,000 to Rs.4,99,999-0.40% PA, Rs.5,00,000 to Rs.9,99,9990.35% PA and above Rs.10,00.000-0.30% PA
14	Unovest	Free-For one CAN of MFU; Rs.2,000 per year-For 5 CAN of MFU ; Rs.3,950 per year-For 10 CAN of MFU; Note-No restriction of AUM or transactions
15	Upraise	% based transaction charges based on the portfolio risk like Savings-0.05% and Switft-0.15%+0.6% 16
16	Wealth Trust	Rs.99 per month
17	WixiFi AUM	0.125% per quarter on your quarterly average
18	Zerodha Coin	Free-Up to Rs. 25,000 investment ; Rs.50 per month-More than Rs.25,000 investment
19	Jama	Free up to Rs.50,000 of the portfolio, Rs.499 a year for one goal, Rs.1,200 per year for 3 goals and providing STP and SWP plans.

டைரக்ட் முறையில் வாங்க ஏது செய்யும் வலைதளங்களும், கட்டண விவரங்களும்

எக்ஸிட் லோடு

பரஸ்பர நிதி அது எந்த வகையாக இருந்தாலும் வாங்கியதை 12 மாதங்களுக்கு முன்பாக விற்றால், மொத்த தொகையில் 1 சதவிகிதத்தை எக்ஸிட் லோட் என்கிற பெயரில் பிடித்துகொண்டு விடுவார்கள். இது முதலீட்டாளருக்கு நஷ்டம். இது செபியால் அனுமதிக்கபட்டதுதான்.

பரஸ்பர நிதிகள் செயல்படுவதை எப்படி அளப்பது?

மற்ற பரஸ்பர நிதிகளோடு ஒப்பிடுகிறபோது ஒரு குறிப்பிட்ட பரஸ்பர நிதி எவ்வாறு செயல்படுகிறது என்பதைக் கண்டறிய சில வழிமுறைகள் உண்டு. அவற்றில் ஒன்றின் பெயர், 'அப் சைடு ரேஷியோ' மற்றொன்று 'டவுன் சைடு ரேஷியோ'.

அப் சைடு ரேஷியோ என்பது, பங்குச் சந்தை உயர்கிறபோது நம்முடைய பரஸ்பர நிதியின் Net asset value *உயர்வு என்பது பங்குச் சந்தை குறியீட்டு எண்களைக் காட்டிலும் அதிகமாக இருக்கிறதா குறைவாக இருக்கிறதா என்று பார்ப்பது. அதிகமாக இருந்தால் நல்ல ரேஷியோ. இதைக் கணக்கிட வழிமுறைகள் இருக்கின்றன. அப் சைடு ரேஷியோ 100க்கும் மேல் இருந்தால் அந்த நிதி, சந்தையைக் காட்டிலும் கூடுதலாக உயர்ந்திருக்கிறது என்று அர்த்தம்.*

டவுன் சைடு ரேஷியோ என்பது பங்குச் சந்தை விழுகிற பொழுது இந்த குறிப்பிட்ட பரஸ்பர நிதியின் net asset value *பங்குச்சந்தை குறியீட்டு எண் விழுவதைவிடக் குறைவாக உள்ளதா என்று பார்ப்பது. அப்படி இருந்தால் அதுவும் நல்ல ரேஷியோ. டவுன் சைடு ரேஷியோ 100க்கும் கீழ் இருந்தால், சந்தையில் விலைகள் குறைந்ததைக் காட்டிலும் குறிபிட்ட பரஸ்பர நிதியின் மதிப்பு குறைவாகவே விழுந்திருக்கிறது என்று அர்த்தம்.*

7. பரஸ்பர நிதிகள் –பங்குகள் – யூலிப் : ஓர் ஒப்பீடு

பங்குகள் – பரஸ்பர நிதிகள்

பங்குகளும் பரஸ்பர நிதிகளும் - ஒற்றுமை வேற்றுமைகள் குறித்துப் பார்கலாம். முதலில் பார்ப்பது பங்குகள் மற்றும் முழுவதும் பங்குகளில் முதலீடு செய்யும் 'பியூர் ஈக்விட்டி' மற்றும் ஈக்விட்டி கலந்திருக்கும் ஹைபிரிட் வகை பரஸ்பர நிதிகள் குறித்த ஒப்பீடு.

ஒற்றுமைகள்

இரண்டுமே பங்குச்சந்தையின் வாய்ப்புகள் மற்றும் ஆபத்துகளை உள்ளடக்கியவை; பங்குச் சந்தையின் எழுச்சி மற்றும் முயற்சியால் தாக்கம் பெறுபவை.

பங்குச்சந்தையில் முதலீடு செய்யும் பரஸ்பர நிதிகளுக்கும் நேரடியாக பங்குகளில் முதலீடு செய்வதற்கும் கிடைக்கிற டிவிடெண்ட் போனஸ் மற்றும் விலை உயர்வினால் வரக்கூடிய ஆதாயம் முதலீட்டு ஆதாயம் ஆகியவற்றுக்கான வரிச்சலுகைகள் ஒன்று போலதான் இருக்கும்.

பங்குகளில் முதலீடு செய்து 12 மாதங்களுக்கு முன்பாக விற்று லாபம் பார்த்தால், short term capital gains 15 % உண்டு. 12 மாதங்களுக்கு மேல் வைத்திருந்து, பின் விற்று, அதில் லாபம் கிடைத்தால் அந்த 'லாங்க் டர்ம் கேப்பிடல் கெயின்ஸ்'க்கு, நபருக்கு ஆண்டுக்கு ஒரு லட்ச ரூபாய் வரை வரியில்லை. அதற்கு மேல் போனால் 10% வருமான வரி. பங்குகள் வைத்திருந்து அதற்கு டிவிடெண்ட் கிடைத்தால், ஓராண்டில் கிடைக்கும் 10 லட்ச ரூபாய் வரையிலான தொகைக்கு வரியில்லை. அதற்கு மெல் 10% வருமான வரி.

இந்த சலுகைகள் அப்படியே ஈக்விட்டி பரஸ்பர நிதிகளுக்கும் பொருந்தும்.

வேற்றுமைகள்

- பங்குகளில் ஒரு தனி நபரே தேர்வு செய்து பங்கை வாங்க வேண்டும். அவர் தேர்வு செய்கிற பங்கு, அவர் வாங்க நினைக்கிற நேரம், அவர் வாங்குகிற அளவு, அவர் விற்கிற நேரம், அப்போது இருக்கிற விலை போன்றவை அவருடைய திறமை, மனப்பாங்கு மற்றும் அவருக்கு அதையெல்லாம் கவனிக்க கிடைக்கிற நேரத்தையும் பொறுத்தது.

  பரஸ்பர நிதிகளில் இவை அனைத்தும் ஃபண்ட் மேனேஜரின் வேலை. நிச்சயமாக அவர் தனி நபரைக் காட்டிலும் கூடுதல் தகவல் பெறுபவராக, அதிக அளவில் வழிமுறைகளைப் பின்பற்றுபவராக இருக்கலாம்.

- நிறுவனங்களுடைய வியாபார வாய்ப்பு, அவை இருக்கும் தொழில் சூழ்நிலை, அவற்றுக்கு அரசாங்கம் விதிக்கும் கட்டுப் பாடுகள், வரிகள், கொடுக்கும் சலுகைகள் போன்றவற்றில் உண்டாகும் மாறுதல்கள், மொத்தப் பங்குச் சந்தைக்கு ஏற்படும் சிக்கல்கள், வாய்ப்புகள் போன்றவையெல்லாம் எல்லோருக்கும் தெரிந்துவிடாது. தானாக பங்குகள் வாங்குபவர்கள் இவற்றை கவனிக்கத் தவறிவிட்டால், வாங்கி வைத்திருக்கும் பங்குகளுக்கு நஷ்டம் ஏற்படும் ஆபத்து உண்டு.

  பரஸ்பர நிதி மூலம் முதலீடு செய்கிறபோது இவற்றை ஃபண்ட் மேனேஜர் கவனித்துக்கொள்வார்.

- பங்குச்சந்தையில் வாங்கியவுடன் விற்கலாம். விற்றவுடன் வாங்கலாம். இண்ட்ரா டே வர்த்தகம் செய்ய முடியும்.

  பங்குச் சந்தைகளில் பட்டியலிடப்பட்டிருக்கும் பரஸ்பர நிதிகளை மட்டும் ஒருவர் அவ்வாறு வாங்கி விற்க முடியும். பட்டியலிடப் படாத open ended பரஸ்பர நிதிகளை அவ்வாறு செய்வது சாத்தியம் என்றாலும் சுலபமல்ல.

- பங்குச்சந்தை தொடர்பான ஈக்விட்டி பரஸ்பர நிதிகளில், செக்ட்ரல் திட்டத்தில் பணம் போடுவதன் மூலம் நன்றாக இருக்கிற நிறுவனப்பங்குகளில் முதலீடு செய்ய முடியும். அதே போல நேரடி பங்குகளில் முதலீடு செய்வது அதிக வேலை வாங்கும். செய்வது சிரமம்.

- பங்குகளின் முக மதிப்பு ஒரு ரூபாய் இரண்டு ரூபாய் ஐந்து பத்து அல்லது நூறாக கூட இருக்க முடியும். இண்டியா புல்ஸ் 50 காசு முக மதிப்புள்ள பங்குகளை வெளியிட்டிருக்கிறது. ஆனால், பரஸ்பர நிதிகள் எல்லாவற்றின் முக மதிப்பு ரூபாய் 10 தான்.

- ஒரு நிறுவனத்தின் பங்குகள் அவற்றின் செயல்பாடு, கார்ப்பரேட் கவர்னன்ஸ் காரணமாக பங்குச்சந்தை பட்டியில் இருந்து நீக்கப் படலாம். அதாவது டீலிஸ்ட் ஆகலாம்.

- அப்படி டீலிஸ்ட் ஆன பங்குகளை கையில் வைத்திருந்தால் விற்பது சிரமமாகிவிடும். அதன்பின் அந்தப் பங்குகளுக்கு சரியான விலை கிடைப்பதும் அரிது.

- பல்வேறு நிறுவன பங்குகளை வைத்திருக்கிற முதலீட்டாளர் அந்த நிறுவனங்கள் நடத்துகிற வருடாந்தரக் கூட்டங்களுக்கு ஒரு முதலீட்டாளராகப் போகலாம், கேள்விகள் கேட்கலாம், கலந்துகொண்டு முக்கிய முடிவுகளில் ஓட்டளிக்கலாம். அல்லது தபால் மூலம் ஓட்டளித்து முடிவுகளை மாற்றலாம். ஆனால், பரஸ்பர நிதிகள் எத்தனையோ நிறுவனங்களின் பங்குகளை வைத்திருந்தாலும் அந்தப் பரஸ்பர நிதிகளை வைத்திருக்கிற முதலீட்டாளர் அந்தக் குறிப்பிட்ட நிறுவனங்களின் கூட்டங் களுக்கு போகவும் ஓட்டளிக்கவும் முடியாது.

- ஒரு நிறுவனத்தை வேறு சிலர் சட்டபூர்வமாகவே கூட அபகரிக்கலாம் கைப்பற்றலாம். ஆனால், அப்படியான டேக் ஓவர் என்பது பரஸ்பர நிதிகளில் சாத்தியம் இல்லை.

- பங்குகளில் சில குறிப்பிட்ட இடங்களில் போடப்பட்ட மொத்த பணமும் காணாமல் போய் ரூபாய்க்கு சில பைசாக்கள் மட்டுமே மிஞ்சும் நிலை வரலாம். அது போன்ற பெரும் ஆபத்து பரஸ்பர நிதிகளில் இல்லை.

- அதேபோல வாங்கிய பங்குகளின் விலைகள் பல மடங்குகளாக உயர்ந்தது 'மல்டி பேகர்' களாக கொட்டிக்கொடுக்க வாய்ப்பு உண்டு. அதுபோன்ற பல மடங்கு திருப்பித் தருகிற 'மல்டி பேகர்' பரஸ்பர நிதிகள் இல்லை.

- பங்குகளை வாங்கினால் அவற்றைக் குறிப்பிட்ட காலத்துக்கு விற்க முடியாது என்பது இல்லை. அப்படிக் குறிப்பிடப்பட்டு வெளியிடப்படும் சில பங்குகளைத் தவிர. 'ஈக்விட்டி லிங்க்டு சேவிங் ஸ்கீம்' ஆன, ELSS திட்டம் மூலம் வாங்கப்படும் பரஸ்பர நிதிகளை மூன்று ஆண்டுகளுக்குக் கட்டாயம் வைத்திருக்க வேண்டும். விற்க முடியாது.

- பங்குகளை வாங்கும் தொகைக்கு வருமான வரி விலக்கு கிடையாது. ஆனால், ELSS முறை மூலமாக வாங்குகிற பரஸ்பர நிதியில் முதலீடு செய்யும் பணத்துக்கும் வருமான வரி section 80 சி யின் கீழ் விலக்கு உண்டு.

- பங்குகளை வாங்கினால் அந்தப் பங்குகளுக்கான போனஸ், ரைட்ஸ் மற்றும் ஸ்டாக் ஸ்பிலிட் போன்றவை முதலீட்டாளர்கள் கையில் கிடைக்கும்.

- பரஸ்பர நிதி முதலீடு செய்திருக்கும் நிறுவனங்களில் எவை யேனும் மேற்சொன்னவற்றை செய்தாலும்கூட அவை நேரடியாக பரஸ்பர நிதியில் முதலீடு செய்தவர்களுக்கு கிடைக்காது. அவற்றின் பலன்கள் அல்லது சிரமங்கள் மறைமுகமாக பரஸ்பர நிதி முதலீட்டாளர்களைத் தாக்கும்.

- பங்கு வேறு பங்குகளில் முதலீடு செய்திருந்தாலும் பரஸ்பர நிதியில் இருக்கிறபோது ஒட்டுமொத்தமாக பங்குகளில் இருந்து வெளியேறி, கடன் பத்திரங்களுக்கு ஸ்விட்ச் -switch- செய்யலாம். பங்குகளில் அப்படி உடனடியாகச் செய்வதற்கு சந்தையில் அந்த பங்குகளை வாங்க ஆட்கள் இருக்கவேண்டும். எல்லா நேரமும் எல்லா பங்குகளுக்கும் அப்படி வாங்குபவர்கள் இருப்பார்கள் என்று சொல்ல முடியாது. வாங்கியவர் ஒவ்வொரு நிறுவனப்பங் காக விற்கவேண்டும். அதுவே பரஸ்பர நிதியாக இருந்தால், அந்த ஒன்றை விற்றால் போதும்.

- பங்குகளில் முதலீடு செய்திருக்கும் பணத்துக்கு கிடைக்கும் வருமானத்தை நாமாகத்தான் மீண்டும் வேறு வளர்ச்சி தரக்கூடிய திட்டங்களில் முதலீடு செய்ய வேண்டும். ஆனால், பரஸ்பர நிதியில் குரோத் ஆப்ஷன் எடுத்திருக்கும் பட்சம், முதலீட்டாளருக்கு வழங்கப்படும் வருமானம் தொடர்ந்து, அதே வகை பரஸ்பர நிதி யில் மேல் முதலீடாக செய்யப்பட்டு, ‘ஆரம்ப முதல்’ பெருகும்.

- ஒருவர் விரும்பினாலும் கூட சில பங்குகளின் விலைகள், MRF நிறுவனப் பங்கு விலை போல மிக அதிகமாக இருப்பதால், குறைந்த அளவு பணத்தைக் கொண்டு வாங்கவே முடியாது. அதனால் அந்தச் சில நிறுவனங்களினால் கிடைக்கக்கூடிய ஆதாயங்களை பெற முடியாது. ஆனால், பரஸ்பர நிதியில் ஒரு சிறிய தொகையோடு இணைந்துகொண்டால் கூட, அந்த பரஸ்பர நிதி முதலீடு செய்யும் பட்டியலில் அந்த விலை மிக அதிகமாக இருக்கும் பங்குகள் கொடுக்கிற வாய்ப்புகளைச் சிறு முதலீட்டாளர்கள் பெற முடியும்.

அதாவது, பரஸ்பர நிதியில் சேரும்போது அதிகம் விலையுள்ள பங்குகளின் சிறிய பகுதிகள் முதலீட்டாளருக்குக் கிடைக்கும். ஆனால், பங்குகளை நேரடியாக வாங்குபவரால் ஒரு பங்கின் விலையே 20 ஆயிரம் இருக்கும் ஐஷர் மோட்டார்ஸ், 60 ஆயிரம் இருக்கும் MRF மற்றும் 30 ஆயிரம் இருக்கும் மைக்கோ போன்ற பங்குகளை வாங்க முடியாது.

- பங்குகள் என்றால் முழுக்க முழுக்க பங்குச்சந்தையின் ஆபத்தும் வாய்ப்பும் இருக்கும். ஆனால் ஹைபிரிட் வகை பரஸ்பர நிதிகளில், ஈக்விட்டியின் வாய்ப்பு, ஆபத்துடன் சேர்ந்து கடன் பத்திரங்களின் நிச்சயத்தன்மையையும் பெற முடியும்.

- பங்குகளை வாங்கும்போது அதற்காக பங்குத் தரகரிடம் ஒரு வர்த்தகக் கணக்கு திறந்தாக வேண்டும். ஆனால், பரஸ்பர நிதியை 'டைரக்ட்' முறையில் வாங்கலாம்.

- பங்குகள் வாங்கும்போது, வாங்கும் தொகைக்கு ஏற்ப தரகர் புரோக்ரேஜ், வரிகள் ஆகியவற்றைக் கட்ட வேண்டும். பரஸ்பர நிதிகள் வாங்கினால் அதில் வரிகள் இல்லை.

- பங்குகளை நேரடியாக வாங்குவோருக்கு மேற்சொன்ன செலவுகள் தவிர வேறு எதுவும் இல்லை. ஆனால், பரஸ்பர நிதியை வாங்குகிற போது இந்த பரஸ்பர நிதியை நிர்வகிக்கும் நிறுவனத்தின் லாபம் அங்கு வேலை செய்வோரின் செலவுகள் அந்த பரஸ்பர நிதி கொடுத்த விளம்பரங்களுக்கு ஆகும் செலவுகள், மேனேஜரின் சம்பளம் ஆகியவற்றுக்காக நிர்வாகச் செலவுகள் என மொத்தத் தொகையில், ஆண்டுக்கு குறிப்பிட்ட சதவீதம் வரை செலவு - Total Expense Ratio- செய்யலாம். இப்படிப்பட்ட செலவு நேரடியாகப் பங்குகள் வாங்குவதில் இல்லை.

- பங்குகள் வாங்குகிறவர், பங்குகளில் செய்யும் முதலீடு என்ன நோக்கத்துக்காக என்பதை அவரே முடிவு செய்து, அந்த நோக்கம் நிறைவேறும்வரை அவர் பராமரிக்க வேண்டும். ஆனால் பரஸ்பர நிதியில் முதலீடு செய்வது, அப்படிப்பட்ட கண்காணிப்பு வேலைகள் எல்லாம் இல்லை. தவிர சொல்யூஷன் ஓரியண்டட் திட்டங்களில் குழந்தைகளின் எதிர்காலத்துக்காக, ஒருவரின் பணி ஓய்வு காலத்துக்காக என்கிற திட்டங்களில் சேர்ந்து பணம் போட்டுக்கொண்டு வந்தால் போதும்.

- பரஸ்பர நிதியில் சீரான முதலீட்டு திட்டம் SIP, சீரான வெளியேற்றுத் திட்டம் SWP மற்றும் சீரான மாறுதல் செய்யும் STP திட்டங்கள் உண்டு.

- ஒரு தனிநபர் பங்குகளில் முதலீடு என்றால் அதிகபட்சம் 10 முதல் 15 நிறுவன பங்குகளை வரை சுலபமாக நிர்வாகம் செய்ய முடியும். அதன் காரணமாக அவரால் அவரது பணத்தைப் பெரிய அளவில் பரப்பி, ரிஸ்க்கைக் குறைத்துக் கொள்ள முடியாது. பரஸ்பர நிதியை நிர்வாகம் செய்வது தொழில்முறை வல்லுநர்கள் என்கிற காரணத்தினால் ஒவ்வொரு பரஸ்பர நிதிகளில் சுமார் 50 முதல் 100 வரையிலான நிறுவனங்களில் நிறுவனப் பங்குகளில் முதலீடு செய்கிறார்கள். அதன் காரணமாக அந்த பரஸ்பர நிதிகளின் ரிஸ்க் குறைவு.
- பங்குகளில் முதலீடு செய்வதற்கு தனிநபரே ஆராய்ச்சி செய்ய வேண்டும். பல விபரங்கள் குறித்து அவ்வப்போது தெரிந்து கொண்டே ஆக வேண்டும். இதெல்லாம் சாத்தியமில்லை. பரஸ்பர நிதியில் இயங்குபவர்களுக்கு இது சாத்தியம்.
- ஒருவர் அவரே பங்குகள் வாங்கி வைத்திருக்கிற போது அவரால் எப்போது விற்பது போன்ற முடிவுகளை வேகமாக எடுத்துச் செயல்படுத்த முடியும். உதாரணத்துக்கு சத்யம் கம்பியூட்டர்ஸ் பங்கு. அந்த நிறுவனம் செய்த ஊழல் குறித்த தகவலை நிறுவனர் வெளியிட்டதும், பங்குகள் வைத்திருப்பவர்களால் உடனடியாக விற்க முடிந்தது. ஆனால், அந்தப் பங்குகளை வைத்திருந்த பரஸ்பர நிதிகள் எல்லாம் உடனடியாக விற்க முடியவில்லை. காரணம், அவர்களுக்கு பின்பற்ற வேண்டிய சில வழிமுறைகள் உண்டு. பரஸ்பர நிதிகளில் மற்றவரையும் கலந்து அவர்களுடைய வழிகாட்டுதல்படிதான், ஃபண்ட் மேனேஜர் செய்ய முடியும். ஒரு தனி நபராக எடுத்தேன் கவிழ்த்தேன் என்று செய்ய இயலாது. அது பரஸ்பர நிதிகளின் பலம். அதே சமயம், அந்த வழிமுறைகளே தாமதம் உருவாக்கி, உடனடியாக தவிர்க்க வேண்டிய ஆபத்துகளை தவிர்க்க இயலாமல் செய்துவிடும். அதுவே அவற்றின் பலவீனம்.

கடன் பத்திர ‘டெட் பண்டு’கள் – பங்குகள்

ஒற்றுமைகள் ஏதும் இல்லை.

வேற்றுமைகள்

பல வேற்றுமைகள் இருக்கின்றன. அவற்றில் முக்கிய சில.

- பரஸ்பர நிதிகளில், ‘பிக்ஸட் இன்கம் பிளான்’ மற்றும் மன்த்லி இன்கம் பிளான்’ போன்ற திட்டங்கள் மூலம் ஒருவர், தனக்குத் தொடர்ந்து வருமானம் வருவது போல ஏற்பாடு செய்துகொள்ள முடியும். அப்படிப்பட்ட வாய்ப்பு பங்குகளில் இல்லை.

- ‘ஃபிக்ஸட் டெப்பாசிட்’ அல்லது வேறு எதிலாவது முதலீடு செய்து அதற்கு வட்டி வருமானம் பெறும் பட்சம், அதை ஒருவர் அவருடைய வருமானமாகக் காட்டி, அதற்கு வரி கட்ட வேண்டும். ஆனால், கடன் பத்திர பரஸ்பர நிதிகளில் முதலீடு செய்து அதன் மூலம் கிடைக்கும் வட்டி வருமானத்துக்கு அப்படியே வருமான வரி கட்ட வேண்டும் என்பதில்லை. அந்தத் தொகையை இண்டெக்சேஷன் indexation என்கிற முறையில் கணக்கிட்டு, பணவீக்கத்தினால் ஏற்பட்டிருக்கும் விலைவாசி உயர்வைக் கணக்கிட்டு, அதை, கிடைத்த வருமானத்தில் கழித்துவிட்டு மீதத்துக்கு வரி கட்டினால் போதும். இது பரஸ்பர நிதியினால் கிடைக்கும் ஒரு லாபம்.

- கடன் பத்திர பரஸ்பர நிதியில் முதலீடு செய்கிற போது ஒரே வங்கியில் பிக்சட் டெப்பாசிட் போடுவதுபோல இல்லாமல் பல்வேறு நிறுவனங்களின் அமைப்புகளில் பல்வேறு வகையான கடன் பத்திரங்களில் முதலீடு செய்வதன் மூலம் ரிஸ்க்கை குறைத்துக் கொள்ளலாம்.

- வங்கிகளிலோ நிறுவனங்களிலோ ‘பிக்சட் டெப்பாசிட்’ போடுகிற போது அப்போது நிலவுகிற வட்டி விகிதத்துக்கு குறிப்பிட்ட காலத்துக்குப் பணத்தைப் போடுவதால் அந்தக் காலகட்டம் முழுவதும் அதே வட்டிதான் கிடைக்கும். இடையில் மாற்றுவதாக இருந்தால் அபராத வட்டி கணக்கிட்டு கழிப்பார்கள். பரஸ்பர நிதியில் டெட் ஃபண்ட் வாங்கியபின் சந்தையில் வட்டி விகிதம் குறைந்தால், பணத்தைத் திரும்ப எடுத்து வேறு எதிலாவது போடலாம். ஓராண்டுக்கு முன்பாக எடுத்தால் எக்சிட் லோடு என்று 1 சதவிகிதம் கழிப்பார்கள். அது அபராத வட்டியைக் காட்டிலும் குறைவாக இருக்கலாம்.

பரஸ்பர நிதிகள் – யூலிப்

- பரஸ்பர நிதிகள் என்பது ஒரு முதலீட்டு வாய்ப்பு திட்டம். யூலிப் என்பது அடிப்படையில் ஒரு காப்பீட்டு திட்டம்.

- பரஸ்பர நிதியின் நோக்கம் பணத்தை முதலீடு செய்திருக்கும் முதலீட்டாளருக்குத் தொடர் வருமானம் அல்லது முதலீட்டுப் பெருக்கமும் செய்து கொடுப்பது. யூலிப்பின் நோக்கம் காப்பீடு எடுத்திருக்கும் வாடிக்கையாளருக்கு, அவர் எடுத்திருக்கும் காலத்துக்கான ஆயுள் காப்பீடு கொடுப்பது. அந்த ஆயுள் காப்பீட்டுக்கான பிரீமியத் தொகையைப் பெறுவதற்கு, அவர் கட்டுகிற பிரீமியத் தொகையைப் பங்குச்சந்தையில் முதலீடு செய்து, முதலைப் பெருக்கி, அதிலிருந்து காப்பீட்டு பிரீமியத்தை

எடுத்துக்கொண்டு, திட்ட கால முடிவில் உபரி பணம் இருந்தால், அதை முதலீட்டாளர்களுக்குக் கொடுக்கும்.

- பரஸ்பர நிதியில் பங்குச்சந்தை முதலீடு கடன் பத்திர முதலீடு இரண்டும் கலந்து முதலீடு, தங்கத்தில் முதலீடு என்று பல வகைகள் உண்டு. யூலிப் என்பது பங்குகள் மற்றும் கடன் பத்திரங்களில் மட்டும் முதலீடு செய்வது.
- பரஸ்பர நிதிகளில் இ.எல்.எஸ்.எஸ் தவிர மற்றவற்றை குறிப்பிட்ட ஆண்டுவரை வைத்திருக்கவேண்டும் என்கிற 'லாக் இன்' காலக்கெடு இல்லை. யூலிப்பில் போடப்படும் பணத்தை ஐந்து ஆண்டுகளுக்கும் குறைவான காலத்தில் திரும்ப எடுக்க முடியாது.
- பரஸ்பர நிதியில் போடப்படும் ஆரம்ப முதலுக்கு வருமான வரி விலக்கு இ.எல்.எஸ்.எஸ். திட்டம் தவிர வேறு எதற்கும் கிடையாது. யூலிப்பில் போடப்படும் முதல் பணத்துக்கும் வருமான வரி கணக்கு section 80 சி-யின் கீழ் விலக்கு உண்டு.
- பரஸ்பர நிதிகளைக் கண்காணிப்பது செபி. யூலிப்களை கண்காணிப்பது ஐ.ஆர்.டி.ஏ.
- பரஸ்பர நிதிகளைக் குறுகிய கால அல்லது நீண்டகால முதலீட்டில் தேவையைப் பொறுத்து இரண்டில் எதற்கு வேண்டுமானாலும் தேர்வு செய்யலாம். யூலிப்பில் காப்பீட்டு திட்டம் என்கிற காரணத்தினால் நீண்ட காலத்துக்குத் தான் நிச்சயமாகத் தேர்வு செய்ய வேண்டும்.
- யூலிப்பில் பிரீமியம் 'அலக்கேஷன் சார்ஜஸ்', 'அட்மினிஸ்டிரேஷன் சார்ஜஸ்', 'சார்ஜஸ் பார் மேனேஜ் ஜிங் த ஃபண்ட்' ஆகியவை போடப்படும்.

காப்பீடு வேண்டும் என்றால் தனியாக பியூர் காப்பீட்டு முறையில் பணம் போடுவதே நல்லது. வருமானம் அல்லது முதலீட்டுப் பெருக்கத்துக்கு பரஸ்பர நிதிகளில் முதலீடு செய்யலாம். இரண்டையும் ஒன்றோடு ஒன்று சேர்ப்பது பலனளிக்காது.

8. பரஸ்பர நிதி – முதலீட்டாளர்கள் தெரிந்துகொள்ள வேண்டியவை

இந்த அத்யாயத்தில் பரஸ்பர நிதிகள் குறித்த சில முக்கியமான தகவல்களை நான்கு பிரிவுகளின் கீழ் தெரிந்து கொள்வோம்.

1. டோட்டல் எக்ஸ்பென்ஸ் ரேஷியா - எக்ஸ்பென்ஸ் ரேஷியோ- பரஸ்பர நிதி செய்யும் செலவு
2. வெளிநாடு வாழ் இந்தியர்கள் பரஸ்பர நிதிகளில் முதலீடு செய்யலாமா? எப்படிச் செய்வது?
3. முன்பு வாங்கிய, வாங்கி வைத்திருக்கும் பரஸ்பர நிதிகளின் பெயர்கள், திட்டங்கள் மாறியிருக்கலாம் தெரியுமா?
4. செபியும் பரஸ்பர நிதிகளும்

1. டோட்டல் எக்ஸ்பென்ஸ் ரேஷியா – எக்ஸ்பென்ஸ் ரேஷியோ– பரஸ்பர நிதி செய்யும் செலவு

பங்குகள் அல்லது கடன் பத்திரங்கள் அல்லது வேறு எதில் முதலீடு செய்தாலும் பரஸ்பர நிதிகள் அதற்கு தரகர் கமிஷன் கொடுக்க வேண்டும். பங்கு முதலீட்டில் லாபம் செய்யவேண்டும் என்றால், சிலவற்றை வாங்கவேண்டும், சிலவற்றை விற்கவேண்டும். இப்படியே வாங்கி விற்றுக்கொண்டிருப்பதற்கு சர்னிங் ஆப் ஃபண்ட்ஸ் என்று சொல்வார்கள். இதனாலும் செலவு ஆகும்.

தவிர ஃபண்ட் மேனேஜர் ஊதியம், போனஸ், பிற நிர்வாகச் செலவுகள் என்று ஒவ்வொரு பரஸ்பர நிதிக்கும் செலவுக்கு பணம்

தேவைப்படுகிறது. அந்தப் பணத்தை பரஸ்பர நிதியில் இருக்கும் முதலீட்டாளர்கள் பணத்தில் இருந்துதான் எடுத்துக்கொள்வார்கள். அந்த சிலவு போக மீதம் இருப்பதுதான் நிகர சொத்து மதிப்பு- NAV.

சில பரஸ்பர நிதிகள் லாபம் செய்து வருமானம், முதலீட்டுப் பெருக்கம் கொடுக்கின்றன. வேறு சில நஷ்டம் செய்கின்றன. தொடர்ந்து NAV குறைகிற பரஸ்பர நிதிகளும் உண்டு. லாபமோ நஷ்டமோ, பரஸ்பர நிதிகளுக்கு ஆகிற செலவு ஆகத்தான் செய்யும்.

இந்தச் செலவு தொகை கூடுதலா குறைவா என்றெல்லாம் பணம் போட்ட முதலீட்டாளர்களால் ஆராய்ந்துகொண்டிருக்க முடியாது. இதில் சில தவறுகள் நடக்கலாம். அதனால், செபி இவை குறித்தும் வழிகாட்டுதல்களைக் கொடுத்திருக்கிறது.

பிப்ரவரி 2014 முதல் பிப்ரவரி 2019 வரையிலான ஐந்து ஆண்டு காலத்தில் பரஸ்பர நிதிகள் வசம் இருக்கும் மொத்த பணத்தின் மதிப்பு, அசெட்ஸ் அண்டர் மேனேஜ்மெண்ட் - AUM - தொகை 9.2 லட்சம் கோடியில் இருந்து 24.3 லட்சம் கோடியாக உயர்ந்திருக்கிறது இது சராசரியாக ஒவ்வொரு ஆண்டும் 21.44 சதவீதம் வளர்ந்ததற்கு சமம்.

பரஸ்பர நிதிகளை நிர்வாகம் செய்வதற்கு அதை நிர்வாகம் செய்யும் நிறுவனம் Total expense ratio சுருக்கமாக TER எவ்வளவு செய்யலாம் என்பதை செபி வரையறை செய்கிறது. செப்டம்பர் 2018-ல், அது ஏற்கனவே அறிவித்திருந்த, அனுமதித்திருந்த அந்த TERஐ மாற்றி அமைத்திருக்கிறது.

இதுபோன்ற பரஸ்பர நிதிகளை நிர்வாகம் செய்யும் நிறுவனங்கள் அவர்கள் கையாளும் பணத்தில் எத்தனை சதவீதத்தை செலவு களுக்காக எழுதியிருக்கிறார்கள் என்று பார்த்தால் பெரும்பாலான ஈக்விட்டி பரஸ்பர நிதிகள், அனுமதிக்கபட்ட அதிகபட்ச அளவை விட ¼ சதவீதம் மட்டுமே குறைவாகச் செலவு செய்திருக்கிறார்கள். அதேசமயம் கடன் பத்திர பரஸ்பர நிதிகள் கிட்டத்தட்ட ஒரு சதவிகிதம் குறைவாகச் செலவு செய்திருக்கிறார்கள்.

மிகப் பெரிய பணத்தை இந்த நிறுவனங்கள் கையாளுகிற போது ¼ சதவிகிதம் அரை சதவிகிதம் என்பதே மிகப் பெரும் பணம். இப்படிப் பெரிய தொகைகளை நிர்வாகம் செய்கிற பரஸ்பர நிதி நிறுவனங்கள் அவர்களுடைய நிர்வாகச் செலவுகள் குறைவாக இருக்கவேண்டும் என்றும், அதன்மூலம் கிடைக்கிற பலன்கள் சிறுமுதலீட்டாளர்கள் அனைவருக்கும் கிடைக்க வேண்டும் என்றும் செபி எண்ணுகிறது.

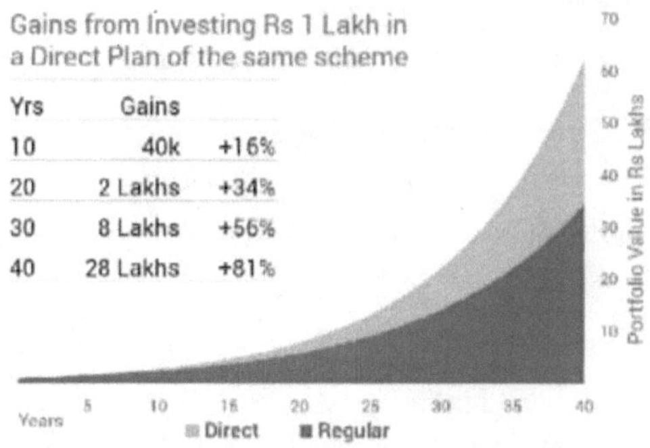

Portfolio Value Comparison bw Direct Vs Regular

1.4.2019 முதல் செபி அனுமதிக்கிற செலவு சதவிகிதம்

- *500 கோடி ரூபாய் வரை நிர்வாகம் செய்பவர்கள் ஈக்விட்டி பரஸ்பர நிதிகள் 2.25%, கடன்பத்திர பரஸ்பர நிதிகள் 2%*
- *ரூபாய் ஐநூறு முதல் 750 கோடி வரை நிர்வாகம் செய்தால் இரண்டு மற்றும் 1.75%*
- *750 கோடியில் இருந்து 2000 கோடி வரை நிர்வாகம் செய்தால்1.75 மற்றும் 1.5 %.*
- *2 ஆயிரம் முதல் 5 ஆயிரம் கோடி வரை 1.6 மற்றும் 1.35%*
- *ஐந்தாயிரம் முதல் பத்தாயிரம் ரூபாய் கோடி வரை நிர்வாகம் செய்தால் 1.5 மற்றும் 1.25%*
- *10 ஆயிரம் கோடியில் இருந்து 50 ஆயிரம் கோடி வரை நிர்வாகம் செய்தால் ஒவ்வொரு 5 ஆயிரம் கோடிக்கும் .05% சதவிகிதம் குறைக்க வேண்டும்.*
- *கடன் பத்திர பரஸ்பர நிதி நிர்வாகங்களும் அதே 50 ஆயிரம் கோடிக்கு மேல் நிர்வாகம் செய்தால் 1.05 மற்றும் 0.8 சதவிகிதம் மட்டுமே செலவு செய்யலாம்.*

இவை தவிர முதல் 30 பெரிய நகரங்களுக்கு வெளியில் சிறு முதலீட்டாளர்களுக்கு (ஒரு வர்த்தகத்தில் 2 லட்சம் ரூபாய்க்குள்) விற்பனை செய்யப்படும் பரஸ்பர நிதிகளுக்கு 30 பேசிஸ் பாயிண்ட்ஸ் (0.3%) கூடுதலாகச் செலவு செய்யலாம்.

செபி இப்படி செய்திருப்பதன் மூலம் பரஸ்பர நிதிகளில் முதலீடு செய்பவர்களுக்கு எவ்வளவு லாபம் என்பதை எடுத்துக்காட்டும் ஒரு வரைபடம், இணையத்தில் இருந்து.

2. வெளிநாடு வாழ் இந்தியர்கள் பரஸ்பர நிதிகளில் முதலீடு செய்யலாமா?

இந்திய பாஸ்போர்ட் வைத்திருக்கும் வெளிநாடு வாழ் இந்தியர்கள் மற்றும் இந்திய நாடு வெளிநாட்டு குடியுரிமை பெற்றவர்கள் நம் இந்தியாவில் இயங்கும் பரஸ்பர நிதிகளில் முதலீடு செய்யலாம், தடையில்லை.

புகைப்படம், பாஸ்போர்ட், விசா தகவல்கள், வெளி நாட்டில் இருக்கும் முகவரி சான்றிதழ், இந்திய முகவரி இருந்தால் அதன் சான்றிதழ் மற்றும் வருமான வரி கணக்கு எண் அட்டை மற்றும் வங்கி ஸ்டேட்மெண்ட் அவசியம். தேவைப்பட்டால் வசிக்கும் வெளிநாட்டில் இருக்கும் இந்தியன் எம்பசி-க்கு நேரில் வரச் சொல்லலாம்.

மாற்றாக இந்தியாவில் இருக்கும் ஒருவருக்கு பவர் ஆப் அட்டார்னி கொடுத்து, அவரை வாங்க விற்க சொல்லி முதலீடு செய்யலாம். அதற்கும் வழிமுறைகள் இருக்கின்றன.

வெளிநாடு வாழ் இந்தியர்கள் இந்தியாவில் வங்கிக் கணக்குகள் தொடங்கலாம். அவர்கள் தொடங்கக்கூடிய சேமிப்புக் கணக்குகளில் இரண்டு வகைகள் இருக்கின்றன. ஒன்று நான் ரெசிடெண்ட் ஆர்டினரி அக்கவுன்ட். இதை NRO அக்கவுண்ட் என்பார்கள். மற்றொன்று நான் ரெசிடெண்ட் எக்ஸ்டர்னல் அக்கவுண்ட். இதை NRE அக்கவுண்ட் என்பார்கள். அல்லது 'பாரின் கரன்சி நான் ரெசிடெண்ட்', FCNR கணக்கு திறக்கலாம்.

பரஸ்பர நிதியை வாங்குவதற்கு கொடுக்கும் பணம் எப்படி வந்தது என்பதற்கான 'சோர்ஸ் ஆப் ஃபண்ட்' காட்டுவதற்காக, Foreign Inward Remittance Certificate (FIRC) கொடுக்க வேண்டிவரும். சில சமயம் வங்கிக் கணக்கு ஸ்டேமெண்டே போதும் என்கிறார்கள்.

வெளிநாடுகளில் இருந்தபடியே ஆன் லைனில் பரஸ்பர நிதிகளை வாங்கலாம், விற்கலாம், ஸ்விட்ச் செய்யலாம் (ஒரு வகையில் இருந்து மற்றொரு வகைக்கு மாறுவது) விற்கும்போது கிடைக்கும் பணம் அதே கணக்கில் வரவு வைக்கப்படும்.

வருமான வரி

கிடைக்கும் லாபத்துக்கு இந்தியாவில் வரிகட்டவேண்டும்.

ஈக்விட்டி ஃபண்டுகளைப் பொறுத்தவரை, 12 மாதங்களுக்குள் விற்றுக் கிடைக்கும் லாபம், ஷார்ட் டர்ம் கேப்பிடல் கெயின். அதற்கு 15% வரி. 12 மாதங்களுக்கு மேல் வைத்திருந்து விற்று லாபம் கிடைத்தால்

லட்ச ரூபாய் வரை ஆண்டுக்கு வரியில்லை. அதற்கு மேலிருக்கும் தொகைக்கு நபர் ஒருவருக்கு லாபத்தில் 10% வருமான வரி.

டெட் ஃபண்டுகளில் 12 மாதங்களுக்குள் விற்றால் கிடைக்கும் லாபத்துக்கு 30% வரி. 36 மாதங்களுக்கு மேல் வைத்திருந்து விற்றால், கிடைக்கும் தொகைக்கு இண்டெக்சேஷன் செய்து மீதத் தொகைக்கு 20% வரி.

பங்குச் சந்தைகளில் பட்டியலிடப்படாத ஃபண்டுகளில் - 'நான் லிஸ்டெட் ஃபண்ட்'களில் கிடைக்கும் லாபத்துக்கு லாங் டர்ம் கேப்பிடல் கெயின்ஸ் வரி 10%.

அமெரிக்கா போன்ற சில நாடுகளுடன் இந்தியா Double Taxation Avoidance Treaty (DTAA) ஒப்பந்தம் கையெழுத்திடிருக்கிறது. அதுபோன்ற நாடுகளில் இருந்து முதலீடு செய்யும் NRIகளுக்கு வரி இல்லை. ஏதாவது ஒரு நாட்டில் வரி கட்டினால் போதும்.

மேற்சொன்ன இரண்டு வகையினருக்கும் அதன் பின்னால் இருந்து கிடைக்கும் வருமானத்துக்கு TDS பிடிப்பார்கள். பின்பு, வருமான வரி கணக்குத் தாக்கல் செய்துதான் அதை திரும்பப் பெற முடியும்.

வெளிநாடு வாழ் இந்தியர்கள் இந்தியாவில் வங்கிக் கணக்குகள் தொடங்கலாம். அவர்கள் தொடங்கக் கூடிய சேமிப்புக் கணக்குகளில் இரண்டு வகைகள் இருக்கின்றன. ஒன்று நான் ரெசிடென்ட் ஆர்டினரி அக்கவுன்ட். இதை NRO அக்கவுண்ட் என்பார்கள். மற்றொன்று நான் ரெசிடெண்ட் எக்ஸ்டர்னல் அக்கவுண்ட். இதை NRE அக்கவுண்ட் என்பார்கள். அல்லது 'பாரின் கரன்சி நான் ரெசிடெண்ட்', FCNR கணக்கு ஆரம்பிக்கலாம்.

NRIகளுக்கு பரஸ்பர நிதி யூனிட்கள் விற்கும் சில பரஸ்பர நிதிகள்.

SBI Mutual Fund

Birla Sun Life Mutual Fund

ICICI Prudential Mutual Fund

UTI Mutual Fund

HDFC Mutual Fund

Sundaram Mutual Fund

DHFL Pramerica Mutual Fund

PPFAS Mutual Fund

L&T Mutual Fund

3. முன்பு வாங்கிய, வாங்கி வைத்திருக்கும் பரஸ்பர நிதிகளின் பெயர்கள், திட்டங்கள் மாறியிருக்கலாம் தெரியுமா?

நீங்கள் கடந்த சில ஆண்டுகளாக பரஸ்பர நிதிகளில் முதலீடு செய்திருந்தால், அதிலும் குறிப்பாக 14 ஏப்ரல் 2018 முன்பாக நீங்கள் பரஸ்பர நிதி ஏதாகிலும் முதலீடு செய்திருந்தால் நீங்கள் கவனிக்க வேண்டிய விஷயங்கள் சில இருக்கின்றன.

காரணம் செக்யூரிட்டி எக்சேஞ்ச் இந்தியா எனப்படும் செபி பல்வேறு பரஸ்பர நிதி நிறுவனங்களை அதன் ஒரு குறிப்பிட்ட வழிகாட்டுதலின் படி பரஸ்பர நிதித் திட்டங்களை மாற்றியமைக்க அறிவுறுத்தி இருக்கிறது.

ஒரு பரஸ்பர நிதி இந்நிறுவனம் ஒரு குறிப்பிட்ட வகையில் பல்வேறு திட்டங்களை வைத்திருந்தால் அது சரியில்லை என்று சொல்லி ஒரு குறிப்பிட்ட வகையான பரஸ்பர நிதியைத்தான் இயங்க வேண்டும் என்று அறிவுறுத்தி உள்ளது. அதன் காரணமாக பல்வேறு பரஸ்பர நிதி நிறுவனங்களும் ஒரு குறிப்பிட்ட வகையில் இருந்த பல்வேறு திட்டங்களை ஒருங்கிணைத்து விட்டார்கள்.

அதன் காரணமாக நீங்கள் வைத்திருக்கும் சில பரஸ்பர நிதிகள் அப்படி வேறு ஒரு நிதியுடன் இணைக்கப்பட்டிருக்கலாம். அதன் காரணமாக அந்த நிதியின் பெயர் மாறி இருக்கும். மேலும், அந்த நிதியில் முதலீட்டு நோக்கங்கள் மாற்றப்பட்டிருக்கும். அந்த நிதியின் அசெட் அண்டர் மேனேஜ்மெண்ட், மொத்த தொகை மாறி இருக்கும். ஆக, இப்படி பல்வேறு மாற்றங்களுக்கு உட்பட்ட உங்களுடைய முந்தைய முதலீடு இப்போது எந்தப் பெயரில் இயங்குகிறது என்பதை நீங்கள் அவசியம் தெரிந்துகொள்ள வேண்டும்.

அப்படித் தெரிந்துகொண்டால்தான் அதை நீங்கள் விற்க முடியும். அதன் செயல்பாடு எப்படி இருக்கிறது என்பதை தொடர்ந்து கண்காணிக்க முடியும்.

இதைத் தெரிந்துகொள்வதற்கு நீங்கள் உங்களுடைய ஃபண்ட் ஹவுஸ், உதாரணத்துக்கு எச்டிஎஃப்சி பண்டின் வெப்சைட் இணைய தளத்துக்குப் போக வேண்டும். அங்கே addendum என்ற பகுதியில் தேட வேண்டும்.

உதாரணத்துக்கு ஆதித்ய பிர்லா சன் லைஃப் பேலன்ஸ் 95 என்ற பரஸ்பர நிதி ஆதித்ய பிர்லா சன் லைஃப் equity hybrid 95 என்று பெயர் மாற்றம் செய்யப்பட்டு இருக்கிறது. அதன் முந்தைய வகை ஹைபிரிட்

பேலன்ஸ்டு ஃபண்ட் ஆக இருந்தது. செபி வழிகாட்டுதலின்படி மாற்றம் ஏற்பட்ட பிறகு அதன் வகை hybrid - Aggressive hybrid fund ஆக மாறி விட்டது.

மற்றொரு உதாரணம் பார்ப்பதென்றால், BNP பரிபாஸ் MIP என்ற பரஸ்பர நிதி BNP பரிபாஸ் கன்சர்வேட்டிவ் ஹைபிரிட் ஃபண்ட் என்று பெயர் மாற்றம் செய்யப்பட்டிருக்கிறது. அதனுடைய முந்தைய வகை, எம் ஐ பி டெட் ஓரியண்ட்டட் ஃபண்ட். அதன் புதிய வகை ஹைபிரிட் கன்சர்வேட்டிவ் ஹைபிரிட் ஃபண்ட்.

நிதியின் பெயர் மாறாமல் முதலீட்டு வகை மட்டும் மாறிய சில நிதிகளும் உண்டு. அந்தவகையில் உதாரணம் பார்ப்பது என்றால், ஃப்ராங்க்ளின் இந்தியா பென்ஷன் பிளான் என்பது பெயர் மாற்றம் அடையவில்லை. ஆனால், அதன் வகை, 'டேக்ஸ் சேவிங் டெட் ஓரியண்டட்' என்பதிலிருந்து 'சொல்யூஷன் ஓரியண்டட் - ரிட்டையர்மெண்ட் ஃபண்ட்' ஆக 29 மே 2018 முதல் மாற்றம் கண்டிருக்கிறது.

'எச்.டி.எப்.சி டாப் 200 ஃபண்டு' என்கிற பரஸ்பர நிதி, 'எச்.டி.எப்.சி டாப் 100 ஃபண்டு' என்று பெயர் மாற்றம் காணுகிறது. அதன் காரணமாக மார்க்கெட் கேபிடலைசேஷன் முதல் 200 இடங்களில் இருந்த பங்குகளில் முதலீடு செய்து கொண்டிருந்த இந்த நிதி, இந்த மாற்றத்துக்குப் பிறகு மார்க்கெட் கேபிடலைசேஷன் முதல் நூறு இடத்தில் இருக்கிற நிறுவனப் பங்குகளில் மட்டுமே முதலீடு செய்யும்.

ஆக ,இப்படியாக பல்வேறு பரஸ்பர நிதிகள் பெயர் மாற்றமும் அவற்றின் முதலீட்டு வகை மாற்றம் கண்டிருக்கின்றன. சில பரஸ்பர நிதிகள் அப்படி மாறுதல் ஏதும் ஆகாமலும் இருக்கின்றன.

உங்களுக்கு பரஸ்பர நிதி நிறுவனத்தில் இருந்து மின்னஞ்சல் அல்லது கடிதங்கள் வருகிறபோது இந்த விவரங்கள் அதில் குறிப்பிடப் பட்டிருக்கும். தவறி வராமல் போனாலும் நீங்கள் குறிப்பிட்ட பரஸ்பர நிதி நிறுவனத்துக்குப் போய் இந்த விவரத்தைத் தெரிந்து கொள்ளலாம். எது எப்படி இருந்தாலும் 2018 ஏப்ரல் நடந்த இந்த மாறுதல்களைச் சீக்கிரமாகத் தெரிந்துகொள்வது நல்லது.

இந்த மாறுதல்களுக்கு பிறகு பல்வேறு பரஸ்பர நிதிகளில் அவை எவற்றில் முதலீடு செய்கின்றன, எந்த அளவு முதலீடு செய்கின்றன என்பது மாறி இருக்கிறது, இதன் காரணமாக அவற்றின் முந்தைய அளவு செயல்பாடே வரும் காலங்களில் இருக்கும் என்கிற அவசியம் இல்லை. அதை விட நன்றாகவோ சுமாராகவோ ஆக முடியும். நீங்கள்

அந்த குறிப்பிட்ட பரஸ்பர நிதியில் முதலீடு செய்தபோது அந்த நிதியின் நோக்கம் மாறி இருக்கிறது என்றால் எந்த வகையில் மாறி இருக்கிறது என்பதைப் பார்த்து தெரிந்து கொண்டு, அதே நிதியில் தொடரலாம் அல்லது மாற்றிக் கொள்ளலாம்.

செபி இப்படி செய்வதன் மூலமாக முதலீட்டாளர்களைக் குழப்பிக் கொண்டிருந்த பல்வேறுவிதமான திட்டங்களெல்லாம் இணைக்கப் பட்டு முதலீட்டுத் திட்டங்களின் எண்ணிக்கை கணிசமாகக் குறைந்திருக்கிறது. இதன் காரணமாக இனி முதலீடு செய்பவர்கள் தேர்வு செய்வது சுலபமாகிறது.

4. செபியும் பரஸ்பர நிதிகளும்

இந்தியாவில் பங்குசந்தைகளுக்கு வழிகாட்டுதல்கள் உருவாக்கி சந்தைகள், தரகர்கள் மற்றும் பட்டியல் இடப்பட்டு பங்குச் சந்தையில் வர்த்தகம் ஆகும் பங்கு நிறுவனங்கள் வழிகாட்டுதல்கள்படி நடக்கின்றனவா என்று கண்காணிப்பது செக்யூரிட்டீஸ் எக்ஸ்சேஞ்ச் ஆப் இந்தியா என்ற தன்னாட்சி பெற்ற அமைப்பு. சுருக்கமாக அதை செபி என்று அழைப்பார்கள். Securities and Exchange Board of India (SEBI). பரஸ்பர நிதிகள் அனைத்துக்கும் இந்த செபி தான் கண்காணிப்பாளர். அதன் வழிகாட்டுதல்படித்தான் பரஸ்பர நிதிகள் செயல்படவேண்டும்.

செபியின் வழிமுறைகள்

- பரஸ்பர நிதி நிறுவனங்கள் வெளியிடும் திட்டங்கள் அந்த நிதி நிறுவனத்தின் டிரஸ்டிகளால் அங்கீகாரம் செய்யப்பட்டு, ஒப்புதல் பெறப்பட்டு இருக்க வேண்டும்.
- முதலீட்டாளர்களிடம் இதை வாங்குங்கள் என்று கேட்கிற, 'ஆஃபர் டாகுமெண்ட்' டில் போதிய அளவு தகவல்கள் வெளியிடப்பட வேண்டும். முதலீட்டாளர்கள் அவர்களே ஒரு முடிவுக்கு வரும் விதமாக அந்தத் தகவல்கள் இருக்க வேண்டும்.
- புதிய பரஸ்பர நிதி வெளியீடு குறித்த விளம்பரங்கள் சிபி வெளியிட்டிருக்கும் வரைமுறைகளுக்கு உட்பட்டு இருக்க வேண்டும்.
- 'ஓபன் எண்டட்' திட்டங்களாக இருந்தால் அவை வெளியிடப் பட்ட 6 மாதங்களுக்குள் கண்டிப்பாக அங்கீகரிக்கப்பட்ட பங்குச் சந்தைகளில் அந்தத் திட்டங்கள் பட்டியலிடப்பட வேண்டும்.

- அவை ‘குளோஸ்ட் எண்டட்’ திட்டங்களாக இருந்தாலும், பங்குச்சந்தையில் பட்டியலிடப்பட்டிருந்தால் அவற்றை ரெடீம் செய்ய பரஸ்பர நிதி நிறுவனம், (AMC) குறிப்பிட்ட கால இடைவெளிகளில் ஏற்பாடு செய்ய வேண்டும்.
- ‘ஆபர் டாகுமெண்ட்’-ல் AMC, அது குறைந்த பட்சம் எவ்வளவு பணம் திரட்டப்போகிறது என்பதைத் தெரிவிக்க வேண்டும்
- ஒரு AMC அதன் குளோஸ்ட் எண்டட் திட்டங்களை ‘ரீபர்ச்சேஸ்’ செய்யலாம். ‘ரிஇஷ்யு’ செய்யலாம்.
- குளோஸ்டு எண்டட் திட்டங்களை ஓபன் எண்டட் ஆக மாற்றலாம்.
- பரஸ்பர நிதியின் எந்தத் திட்டமும் 45 நாட்களுக்கு மேல் சந்தா செய்ய அனுமதிக்கக் கூடாது.
- குறைந்தபட்ச அளவு பணம் திரட்ட முடியாமல் போனால், பரஸ்பர நிதியின் AMC அந்த பணத்தை விண்ணப்பதாரர்களுக்கு திருப்பிக் கொடுக்க வேண்டும்.
- ஏப்ரல் 2018 செபி, பரஸ்பர நிதிகள் நடத்தும் திட்டங்கள் குறித்து மேலும் சில புதிய வழிகாட்டு முறைகளை வெளியிட்டது.

புதிய வழிகாட்டு முறைகள்

அப்படி ஒரு வழிகாட்டுதல் நெறிமுறை வெளியிடப்படுவதற்கு முன்பு இந்தியாவில் 1200க்கும் மேற்பட்ட open-ended பரஸ்பர நிதிகள் இயங்கிக்கொண்டிருந்தன. அவற்றில் 400க்கும் மேற்பட்டவை ஈக்விட்டி சார்ந்த திட்டங்கள். 300-க்கும் மேற்பட்டவை கடன் பத்திரங்கள் சார்ந்த திட்டங்கள். இத்தனை விதமான ஃபண்டுகள் இருந்தால் ஒரு சாதாரண முதலீட்டாளர்கள் எது நல்ல நிதி என்று எப்படி தேர்ந்தெடுக்க முடியும்? இது போக ஒரு குறிப்பிட்ட நிதி பரஸ்பர நிதி நிறுவனமே ஒரே முதலீட்டில் பல்வேறு திட்டங்களை வைத்திருந்தது. சில பரஸ்பர நிதிகளில் பெயர்கள் அது எந்த வகை என்பதை பற்றி ஒரு தெளிவான வரையறை இல்லாமல் முதலீட்டாளரைக் குழப்புவதாக, புரிந்து கொள்ள சிரமம் கொடுப்பதாக இருந்தன.

மேலும் எது ‘லார்ஜ் கேப்’, எது ‘மிட் கேப்’, எந்தப் பங்கு ‘ஸ்மால் கேப்’ என்று மாற்றி மாற்றி பரஸ்பர நிதி நிறுவனங்கள் முடிவு செய்து கொள்ளும் வகையில் வரையறை தளர்வாக இருந்தது. அதற்குக் கட்டுப்பாடு இல்லாமல் இருந்தது. ‘லார்ஜ் கேப்’ முதலீடு செய்வதாக நோக்கம் வெளியிட்டிருந்த சில பரஸ்பர நிதிகள் ‘மிட் கேப்’ பங்குகளிலும் முதலீடு செய்திருந்தன.

2017, அக்டோபர் மாதம் ஆறாம் தேதி செபி ஒரு சுற்றறிக்கை வெளியிட்டது. அதன் மூலம் பரஸ்பர நிதிகள் வகைப்படுத்தப்பட்டு நெறிப்படுத்தப்பட்டன. அந்தச் சுற்றறிக்கையில் எப்படிச் செய்ய வேண்டும் என்கிற விவரங்கள் கொடுக்கப்பட்டுள்ளன.

அந்த சுற்றறிக்கையின்படி பரஸ்பர நிதிகள் ஐந்து வகைகளாகப் பிரிக்கப்பட்டன

1. ஈக்விட்டி திட்டங்கள்.
2. டெட்- கடன்பத்திர - திட்டங்கள்
3. ஹைபிரிட் திட்டங்கள்
4. சொல்யூஷன் ஓரியண்டட் திட்டங்கள்
5. ஏனைய திட்டங்கள்.

முதல் வகையான ஈக்விட்டி திட்டங்கள் மூன்று உட்பிரிவுகளைக் கொண்டதாக இருக்கவேண்டும். முதலாவது லார்ஜ் கேப் இரண்டாவது மிட் கேப். மூன்றாவது ஸ்மால் கேப்.

லார்ஜ் கேப் என்றால் மொத்த மார்க்கெட் கேபிடலைசேஷன் வரிசைப்படுத்தி அந்தப் பட்டியலில் மிக அதிகமான மார்க்கெட் கேபிடலைசேஷன் இருக்கக்கூடிய முதல் நிறுவனத்திலிருந்து நூறாவது நிறுவனம் வரையில் பட்டியலில் இருப்பவற்றில் இருந்து தேர்வு செய்யப்பட்ட நிறுவனப் பங்குகளில் மட்டும் முதலீடு செய்வது.

மிட் கேப் என்றால் 101வது நிறுவனத்தில் இருந்து 150 நிறுவனம் வரை.

ஸ்மால் கேப் என்றால் 251 ம் நிறுவனத்திலிருந்து ஏனைய பிற நிறுவனங்கள் எல்லாம்.

ஈக்விட்டி திட்டங்களில் மிட்கேப் என்றால், குறைந்தபட்சம் பங்குகள் மற்றும் அது தொடர்பான முதலீடுகளில் நிதியின் வசம் இருக்கும் 65 சதவீத பணம் முதலீடு செய்யப்பட வேண்டும்.

லார்ஜ் கேப் ஃபண்ட் என்றால், பங்குகள் மற்றும் பங்குகள் தொடர்பான முதலீடுகளில், நிதி அதன் வசம் இருக்கும் மொத்த பணத்தில் 80% முதலீடு செய்ய வேண்டும்.

9. பல்வேறு பரஸ்பர நிதி திட்டங்கள் – எடுத்துக்காட்டுகளுடன்

9.1.எக்ஸ்சேஞ்ச் டிரேடட் ஃபண்ட் – ETF

நிஃப்டி 50 என்பது தேசியப்பங்குச் சந்தையின் குறியீட்டு எண். ஐம்பது வெவ்வேறு பங்குகளின் விலை மாற்றங்களைக் காட்டும் குறியீட்டு எண். ஒருவர் அந்த 50 பங்குகளையுமே சிறிய அளவுகளிலேனும் வாங்கிக்கொள்ளலாம் என்று நினைக்கலாம். அதற்கே கணிசமான பணம் வேண்டும்.

தேவைப்பட்டால் பியூட்சர்ஸில் நிஃப்டி50 இன்டெக்ஸ் வாங்கலாம். ஆனால் அங்கு எல்லாம் 75 என்ற கணக்கில்தான் வரும். அதன் மார்கெட் லாட் 75. தவிர பியூட்சர்ஸில் வாங்கினால் அதற்கு டிவிடெண்ட் போனஸ் போன்றவை தரமாட்டார்கள். விலை மாற்றம் மட்டுமே வாங்குபவருக்கு சொந்தம்.

அப்படியென்றால் நிஃப்டி50-ன் எல்லா பங்குகளையும் சிறிது பணம் வைத்துக்கொண்டு வாங்க வேறு ஏதும் வழி இருக்கிறதா?

இருக்கிறது. அந்த வழியின் பெயர், 'எக்ஸ்சேஞ்ச் டிரேடட் ஃபண்ட்'. ஆங்கிலத்தில் சுருக்கமாக ETF. பரஸ்பர நிதி நிறுவனங்கள் இதற்காகவே ஃபண்டுகள் நடத்துகின்றன. அந்த ஃபண்டுகள் நிஃப்டி பங்குகளை மட்டுமே வாங்கும். எப்போது வாங்கினாலும் எல்லாவற்றிலும் ஒவ்வொரு பங்கு என்பது போல. இந்த ஃபண்ட்

வெளியிடும் யூனிட்களை வாங்குபவர், நிஃப்டி50 பங்குகளின் கலவையை வாங்குவது போல. நிஃப்டி50 பங்கு விலைகள் இறங்கினால், அதே அளவு, அதே சதவிகிதம் இந்த ETF-ன் நிகர சொத்துமதிப்பு NAV குறையும். உயர்ந்தால் உயரும்.

இப்படியாக நிஃப்டிக்கு மட்டுமல்ல பல்வேறு குறியீட்டு எண்களுக்கும் ETF-கள் இருக்கின்றன. மேலும், தங்கம், கச்சா எண்ணை போன்ற கமாடிட்டிகளுக்கும் ETF-கள் உண்டு.

List of Equity ETFs listed on NSE (Oct 2019)

Issuer Name	Name	Symbol	Underlying
Edelweiss AMC	Edelweiss Exchange Traded Scheme NIFTY	NIFTYEES	NIFTY 50 Index
ICICI Prudential AMC	ICICI Prudential NIFTY ETF	INIFTY	NIFTY 50 Index
Kotak AMC	Kotak NIFTY ETF	KOTAKNIFTY	NIFTY 50 Index
Motilal Oswal AMC	MOSt Shares M50	M50	NIFTY 50 Index
Quantum AMC	Quantum Index Fund - Growth	QNIFTY	NIFTY 50 Index
Religare AMC	Religare Invesco NIFTY ETF	RELGRNIFTY	NIFTY 50 Index
SBI AMC	SBI ETF NIFTY	SETFNIFTY	NIFTY 50 Index
UTI AMC	UTI NIFTY ETF	UTINIFTETF	NIFTY 50 Index
Birla Sun Life AMC	Birla Sun Life NIFTY ETF	BSLNIFTY	NIFTY 50 Index
ICICI Prudential AMC	ICICI Prudential CNX 100 ETF	ICNX100	NIFTY 100
Kotak AMC	Kotak Banking ETF	KOTAKBKETF	NIFTY Bank
SBI AMC	SBI ETF Banking	SETFBANK	NIFTY Bank
Motilal Oswal AMC	MOSt Shares M100	M100	NIFTY Midcap 100
SBI AMC	SBI ETF NIFTY Junior	SETFNIFJR	NIFTY Next 50
Kotak AMC	Kotak PSU Bank ETF	KOTAKPSUBK	NIFTY PSU BANK
ICICI Prudential AMC	ICICI SENSEX Prudential Exchange Traded Fund	ISENSEX	S&P BSE Sensex

பங்குகள் தொடர்பான ETF-ல் யூனிட்கள் வாங்கினால் அதற்கு பங்குகளுக்கு கொடுப்பதுபோல டிவிடெண்ட் கொடுப்பார்கள். அதற்கு வரி விலக்கு உண்டு.

ETF-களை பங்குச்சந்தைகளில் தரகர்கள் மூலம் வர்த்தக நேரங்களில் வாங்கலாம் விற்கலாம். இதற்கும் டிமேட் கணக்கு இருக்கவேண்டும். ETF வாங்க ஆகும் செலவு 0.5% அளவே இருக்கும். இது சில பரஸ்பரநிதிகள் விட 2% முதல் 2.5% காட்டிலும் குறைவு.

ஒரு பரஸ்பர நிதியின் ஃபண்ட் மேனேஜர் சரியாகக் கண்டுபிடித்து தேர்ந்தெடுத்து வாங்காவிட்டால், அந்த நிதியின் வருமானம் குறைந்து விடும். ஆனால் ETF-ல் அந்தச் சிக்கல் இல்லை. குறிப்பிட்ட குறியீட்டு எண்ணில்- உதாரணத்துக்கு நிஃப்டி50 என்றால் - இருக்கும் பங்குகளை அதே வெயிடேஜுடன்தான் வாங்கி வைத்திருக்க வேண்டும். இதன் காரணமாக வெளிப்படைத் தன்மை கூடும். மேலும் வேண்டிய நிறுவனம், வேண்டியவரின் நிறுவனப் பங்கு என்று எல்லாம் ஃபண்ட் மேனேஜரால் வாங்க முடியாது.

Nifty, Gold, Nifty Next 50, Nifty Low Vol 20 Index என்று பல ETF-கள் இருக்கின்றன. வேல்யு ரிசர்ச் இணையதளத்தில் 2.10.2019 அன்று கொடுக்கப்பட்டிருக்கும் சில ஈக்விட்டி ETF-கள் மூன்று ஆண்டுகளில் கொடுத்திருக்கும் வருமானத்தைக் கீழே இருக்கும் படத்தில் பார்க்கலாம்.

ETF Name	Index Tracked	3 Year Returns
Nippon India ETF Nifty BeES	Nifty 50	10.31%
Nippon India ETF Bank BeES	Nifty Bank	13.23%
Motilal Oswal Midcap 100	Nifty Midcap 100	-0.24%
Motilal Oswal Nasdaq 100	Stocks listed in the NASDAQ (US Companies)	17.55%

கடன் பத்திரங்களில் முதலீடு செய்யும் சில ETF-கள் கொடுத்திருக்கும் வருமானம் கீழே உள்ள படத்தில்.

ETF Name	Index Tracked	3 Year Returns
Nippon India ETF Liquid BeES	5.17%	5.68%

தங்கத்தில் முதலீடு செய்யும் சில ETF-கள் கொடுத்திருக்கும் வருமானம் கீழே உள்ள படத்தில்.

ETF Name	Index Tracked	3 Year Returns
HDFC Gold Exchange Traded Fund	23.23%	6.36%
UTI Gold Exchange Traded Fund	23.66%	6.79%
Nippon India ETF Gold BeES	23.49%	6.08%

தங்கத்தில் முதலீடு செய்து நல்ல வருமானம் தரும் ETF-களின் பட்டியல். 24.10.2019 நிலவரப்படி மார்னிக் ஸ்டார் இணையதளத்தில்.

Name	Category
Aditya Birla Sun Life Gold ETF	Sector - Precious Metals
Aditya Birla Sun Life Nifty Next 50 ETF INR	Index Funds
Aditya Birla Sun Life Sensex ETF	Large-Cap
Axis Gold Exchange Traded Fund INR	Sector - Precious Metals
BHARAT 22 ETF	Large-Cap
Canara Robeco Gold ETF INR	Sector - Precious Metals
CPSE ETF INR	Large-Cap
DSP Liquid ETF INR	Liquid
Edelweiss ETF - Nifty 50	Large-Cap
HDFC Gold Exchange Traded Fund INR	Sector - Precious Metals
HDFC Nifty 50 ETF	Large-Cap
HDFC Sensex ETF	Large-Cap
ICICI Prudential Bank ETF	Sector - Financial Services
ICICI Prudential Gold ETF INR	Sector - Precious Metals
ICICI Prudential Liquid ETF	Liquid
ICICI Prudential Midcap Select ETF	Mid-Cap
ICICI Prudential Nifty 100 ETF INR	Large-Cap
ICICI Prudential Nifty ETF INR	Large-Cap
ICICI Prudential Nifty Low Vol 30 ETF INR	Large-Cap
ICICI Prudential NV20 ETF	Large-Cap

9.2 நிஃப்டி பீஸ் – NiftyBeES

இது ஒரு எக்ஸ்சேஞ் டிரேடட் ஃபண்ட். பார்க்கப்போனால் இந்தியாவின் முதல் ETF இதுதான். நிஃப்டி என்பது குறியீட்டு எண். பீஸ் என்ற ஆங்கில எழுத்துச் சுருக்கத்தின் விரிவு, Benchmark Exchange Traded Scheme என்பதாகும். ஒவ்வொரு நிஃப்டி பீஸ் யூனிட்டும் S-P CNX Nifty Index மதிப்பில் 1/10 ஆகும்.

இதன் யூனிட்களை தேசியபங்குச் சந்தையில் தரகர்கள் மூலமோ அல்லது தரகு கணக்கு வைத்திருப்போர், அவர்களே அந்த தரகு

நிறுவனத்தின் வர்த்தக இணையதளம் மூலமாகவோ வாங்கலாம், விற்கலாம்.

நிஃப்டி எண் உயர்ந்தால், இதன் நிகர சொத்து மதிப்பும் உயரும். இறங்கினால் இதுவும் இறங்கும். இது நிஃப்டியின் நிழல் போல.

இந்தத் திட்டத்தில் ஃபண்ட் மேனேஜர் எடுத்துக்கொள்ளும் செலவுப் பணம் அதிகபட்சம் நிகர சொத்து மதிப்பின் 0.80% தான். இந்த நிதியை நடத்துவது கோல்ட்மென்சாக்ஸ் என்ற வெளிநாட்டு நிறுவனம்.

நிஃப்டி-பீஸ் டிவிடென்ட் கொடுக்கும். ஆனால், பணமாக அல்ல. போனஸ் பங்குகள் போல. மேலும் சில நிஃப்டி பீஸ் யூனிட்களாகக் கொடுக்கும்.

நிப்பான் மியூட்சுவல் ஃபண்டு நடத்தும் நிஃப்டி பீஸ் திட்டத்தில் மாதம் 1000 ரூபாய் வீதம் ஒருவர் தொடர்ந்து எஸ்.ஐ.பி போட்டுக் கொண்டு வந்திருந்தால், அவருடைய பணம் எவ்வளவு ஆகியிருக்கும் என்பதை நிப்பான் வலைதளத்தில் பார்க்கலாம்.

NIPPON SIP Returns (NAV as on 23rd Oct, 2019)

Period	Rs.1000	Investments	Latest Value	Absolute Returns	Annualised Returns
1 year	23.10.18	12000	12685.54	5.71%	10.75%
2 year	23.10.17	24000	26053.75	8.56%	8.11%
3 year	21.10.16	36000	42014.21	16.71%	10.29%
5 year	22.10.14	60000	77794.2	29.66%	10.32%
10 year	23.10.09	120000	212118.05	76.77%	10.97%

தேசிய பங்குச் சந்தையில் பட்டியலிடப்பட்டிருக்கும் நிஃப்டி50 பங்குகளை வைத்துப் பல ETF-கள் இருக்கின்றன. அவை சந்தைகளில் டிரேட் ஆகின்றன. அவற்றின் பட்டியல் கீழே.

NIFTY - ETFs on NSE

Tata Nifty Exchange Traded Fund	NETF
HDFC Mutual Fund - HDFC Nifty ETF	HDFCNIFETE
ICICI Prudential Private Banks ETF-NIFTY Private Bank Index	ICICIBANKP
Aditya Birla Sun Life Nifty ETF - Growth	BSLNIFTY
ICICI Prudential Nifty ETF	ICICINIFTY

ICICI Prudential Mutual Fund - ICICI Prudential Nifty Next 50 ETF	ICICINXT50
LIC MF - LIC MF EXCHANGE TRADED FUND - NIFTY 50	LICNETFN50
UTI Mutual Fund - UTI-Nifty Exchange Traded Fund	UTINIFTETF
Aditya Birla Sun Life Nifty Next 50 ETF	ABSLNN5OET
Kotak Mahindra Mutual Fund-Kotak Nifty ETF	KOTAKNIFTY
Tata Nifty Private Bank Exchange Traded Fund	NPBET
ICICI Prudential Nifty 100 ETF	ICICINF100
Edelweiss ETF - Nifty Bank	EBANK
ICICI Prudential Bank ETF Nifty Bank Index	ICICIBANKN
LIC MF - LIC MF ETF - Nifty 100	LICNFNHGP

9.3 ஆர்பிட்ரேஜ் ஃபண்ட்

ஆர்பிட்ரேஜ் ஃபண்ட் என்று ஒன்று இருக்கிறது. இது குறுகிய காலத்தில் தங்களுடைய பணத்தை எங்கேயாவது வைத்திருக்க வேண்டும், ஓரளவு வருமானம் வந்தாலும் போதும் என்று நினைப்பவர்கள் தற்காலிகமாக முதலீடு செய்வதற்குப் பயன்படுத்தப் படுகிறது. அல்ட்ரா ஷார்ட் டேர்ம் ஃபண்ட் போன்ற பண்டுகளுக்கு மாற்றாக இது பார்க்கப்படுகிறது. காரணம், வருமான வரியைப் பொறுத்தவரை இந்த ஃபண்டை கடன் பத்திர ஃபண்டாகக் கருதவில்லை. ஈக்விட்டிக்கு வழங்கப்படும் நீண்ட கால முதலீட்டு ஆதாய வரி விலக்கு மற்றும் டிவிடெண்ட்க்கான வரி விலக்கு ஆகியவை ஆர்பிட்ராஜ் ஃபண்டுக்கும் கொடுக்கப்படுகிறது.

இந்த ஃபண்டில் போடப்படும் பணம் பங்குகள், கடன் பத்திரங்கள் போன்றவற்றில் வருமானம் பார்ப்பதற்காக முதலீடு செய்யப்படுவ தில்லை. மாறாக ஒரே பொருளுக்கு அதாவது பாண்டுகளில் அல்லது பங்குகளில் அல்லது நிஃப்டி சென்செக்ஸ் போன்ற குறியீடு எண்களுக்கு இரண்டு சந்தைகளில் இருக்கும் விலை வித்தியாசத்தைப் பயன்படுத்தி, வருமானம் பார்ப்பதற்காக டிரேட் செய்யப் பயன்படுத்தப்படுகிறது.

உதாரணத்துக்கு ஒரு பங்கு கேஷ் மார்க்கெட்டிலும் ஃப்யூச்சர்ஸ் மார்க்கெட்டிலும் வெவ்வேறு விலைகளில் வர்த்தகம் நடக்கும். அதேபோல கேஷ் மார்க்கெட்டிலும் பியூட்சர்ஸ் மார்க்கெட்டிலும் நிஃப்டி இன்டெக்ஸின் அளவு வித்தியாசம் இருக்கும். வித்தியாசம் சிறிது நேரம் அல்லது சில நாட்கள்தான் இருக்கும். அந்த வாய்ப்பைப் பயன்படுத்தி பணம் பண்ணுகிற ஃபண்டு இது.

உதாரணத்திற்கு,

22.10.19 அன்று தேசிய பங்குச் சந்தையில் TCS-ன் பங்கு 'ஈக்விட்டி பகுதி'யில் ரூ.2051.05.

அதே நேரம் அதே TCS-ன் பங்கு 'பியூட்சர்ஸ் பகுதி'யில் ரூ.2060.75.

இரண்டுக்கும் இடையே பங்கு ஒன்றுக்கு, சுமார் 10 ரூபாய் விலை வித்தியாசம். கேஷ் மார்கெட்டில் இந்த விலையில் வாங்குவது, பியூட்சர்ஸ் மார்கெட்டில் அந்த விலையில் விற்பது என்று ஒரே பங்கில் தொடர்ந்து செய்யும்போது டெலிவரி கொடுப்பதெல்லாம் பிரச்னையாக இருக்காது. இப்படி முயற்சி செய்யும்போது நஷ்டமும் வரலாம். தொடர்ந்து சரியாகச் செய்ய முயன்று லாபம் பார்ப்பதுதான் இந்த ஃபண்டின் நோக்கமும் முயற்சியும்.

2018-19ல் இப்படிப்பட்ட சில ஃபண்டுகள் கொடுத்திருக்கும் வருமானம் ஆண்டுக்கு 7.5 என்கிறது ஒரு ஆய்வு.

இந்த வகை ஃபண்டுகளில் ஜூலை 2019 வாக்கில் இருந்த மொத்த பணம் அசெட் அண்டர் மேனேஜ்மென்ட், சுமார் 63 ஆயிரம் கோடி ரூபாய். இந்த வகை ஃபண்டுகளில் குறைந்த நாட்களுக்கு, அதாவது 45 நாட்களுக்கும் குறைவாக முதலீடு செய்யப்பட்டால், வருமானம் தராததோடு மட்டுமல்லாமல் சில சமயம் முதலீடு கூட சிறிய அளவில் குறையும் ஆபத்தும் இருக்கிறது. அதாவது நெகட்டிவ் ரிட்டன்ஸ்.

ஆர்பிட்ரேஜ் பண்டு என்பது ஒரு ஈக்விட்டி ஃபண்ட் போலவே வருமான வரியைப் பொறுத்தவரை பார்க்கப்படுகிறது. வாங்கி வைத்திருந்த பங்குகளை ஓராண்டுக்குள் விற்றால், அதற்கு ஷார்ட் டேர்ம் கேப்பிட்டல் கெயின்ஸ் 15% கட்டவேண்டும்.

ஓராண்டுக்கு மேல் வைத்திருந்துவிட்டு விற்றால், ஒரு லட்ச ரூபாய் வரையிலான லாபத் தொகைக்கு கேப்பிட்டல் கெயின் டேக்ஸ் இல்லை. அதற்கு மேல் கிடைக்கிற லாபத்துக்கு 10% கட்டினால் போதும். இதுவேதான் பியூர் ஆர்பிட் ராஜ் பண்டுகளுக்கும் பொருந்துகிறது.

9.4. செக்டரல் ஃபண்ட்கள்

சிறப்பான ரிட்டர்ன்ஸ் கொடுத்திருக்கும் செக்டரல் ஃபண்ட்கள்- இன்வெஸ்டிகா வலைதளத்தில் அக்டோபர் 2019 கொடுக்கப் பட்டிருக்கும் தகவல். கடந்த 3 ஆண்டுகள், 5 ஆண்டுகளில் மிகப் பிரமாதமான ரிட்டர்ன்ஸ் கொடுத்திருக்கின்றன என்பது ஆச்சரியம் அளிக்கிறது.

Funds	1 year	3 years	5 years
Tata Digital India Fund Growth	5.41%	60.54%	47.06%
DSP Natural Resources and New Energy Fund Growth	4.07%	24.69%	73.89%
ICICI Prudential Banking and Financial Services Growth	19.64%	40.27%	99.18%
Tata India Consumer Fund Growth	9.02%	56.74%	79.14%
L&T Infrastructure Fund Growth	2.17%	23.59%	60.41%
Nippon India Pharma Fund Growth	-4.37%	-0.58%	21.83%

9.5. தீமேட்டிக் ஃபண்ட்ஸ்

அதிக ரிட்டர்ன்ஸ் கொடுத்திருக்கும் தீமேட்டிக் ஃபண்ட்ஸ் குறித்த தகவல் - மணிகண்ட்ரோல் வலைதளத்தில் இருந்து - அக்டோபர் 2019

Scheme Name (Top 20 funds)	1 year
DSP Arbitrage fund - Direct Plan - GrowthArbitrage Fund	7%
DSP Arbitrage fund - GrowthArbitrage Fund	7%
Edelweiss Arbitrage Fund - Direct Plan - GrowthArbitrage Fund	7%
IDFC Arbitrage Fund - Direct Plan - GrowthArbitrage Fund	7%
UTI Arbitrage Fund - Direct Plan - GrowthArbitrage Fund	7%
UTI Arbitrage Fund - GrowthArbitrage Fund	6%
IDFC Arbitrage Fund - Regular Plan - GrowthArbitrage Fund	6%
Kotak Equity Arbitrage Fund - GrowthArbitrage Fund	6%
Nippon India Arbitrage Fund - Direct Plan - GrowthArbitrage Fund	7%
ICICI Prudential Equity - Arbitrage Fund - Direct - GrowthArbitrage	7%
L&T Arbitrage Opportunities Fund - Direct Plan - GrowthArbitrage	7%
Kotak Equity Arbitrage Fund - Direct Plan - GrowthArbitrage Fund	7%
Invesco India Arbitrage Fund - Direct Plan - GrowthArbitrage Fund	7%
HDFC Arbitrage Fund - Direct Plan - GrowthArbitrage Fund	7%
Edelweiss Arbitrage Fund - GrowthArbitrage Fund	6%
Nippon India Arbitrage Fund - GrowthArbitrage Fund	6%
ICICI Prudential Equity - Arbitrage Fund - GrowthArbitrage Fund	6%
SBI Arbitrage Opportunities Fund - GrowthArbitrage Fund	6%
HDFC Arbitrage Fund - Wholesale - GrowthArbitrage Fund	6%
Invesco India Arbitrage Fund - GrowthArbitrage Fund	6%

9.6. இன்டர்நேஷனல் ஃபண்ட்ஸ்

இன்டர்நேஷனல் ஃபண்ட்ஸ்களில் அதிக வருமானம் தந்திருப்பவை. பைசா பசார் வலைதளத்தில் அக்டோபர் 2019ல் கொடுக்கப்பட்டிருந்த தகவல்கள்.

Funds	Net Assets	1-Year	3-Year	5-Year
ICICI Prudential US Bluechip Equity Fund Growth	Rs.308 cr	4.21%	15.86%	12.04%
Aditya Birla Sun Life International Equity Fund – Plan A Growth	Rs.69 cr	-3.52%	12.25%	7.41%
Franklin India Feeder Franklin US Opportunities Fund	Rs.955 cr	-0.21%	16.78%	13.46%
Motilal Oswal NASDAQ 100 Exchange Traded Fund-Growth	Rs.166 cr	6.68%	18.82%	17%
DSP US Flexible Equity Fund	Rs.235 cr	-7.29%	13.15%	10.57

9.7. MIP – மன்த்லி இன்கம் பிளான்

இது மாத வருமான திட்டம். பரஸ்பர நிதி வகைகளுள் இது ஒரு வகை. இந்த நிதிகள் அவற்றின் பணத்தை, 20:80 என்ற விகிதத்தில் பங்குகளிலும் கடன் பத்திரங்களிலும் முதலீடு செய்யும். அந்த விதத்தில் இது கடன் பத்திரம் சார்ந்த பரஸ்பர நிதி. இதன் நோக்கம் முதலீட்டாளருக்கு மாதாந்திர அடிப்படையில் வருமானம் கொடுப்பது. பணியில் இருந்து ஓய்வு பெற்றவர்களுக்கு உகந்தது.

சிறந்த வருமானம் தந்த MIPகள் - 2019 பாலிசி பசார் தகவல்படி.

	Annualized Returns		
Aggressive Monthly Income Plan	**1st year**	**3rd year**	**5th year**
Birla Sun Life MIP II Wealth 25	16.24%	17.42%	13.95%
ICICI Pru MIP25-Regular Plan	11.43%	14.36%	12.25%
HDFC MIP- Long Term Plan	12.48%	15.09%	11.76%
Kotak MIP Regular Plan	13.75%	13.81%	11.60%
UTI MIS Adv	10%	13.65%	11.56%
Conservative Monthly Income Plan	**1st year**	**3rd year**	**5th year**
SBI Magnum MIP	12.67%	13.11%	11.60%
Birla Sunlife MIP II Saving	12.71%	12.95%	11.17%
SBI Magnum MIP-Floater	10.88%	12.80%	11.41%
ICICI Pru MIP-Regular Plan	9.68%	12.22%	10.67%
Franklin Mip	10.48%	13.57%	11.60%

2019ல் சிறப்பாகச் செயல்படும் மன்த்லி இன்கம் பிளான்ஸ் 'பின்கேஷ்' வலைதளத்தில் கொடுக்கப்பட்டிருக்கும் தகவல்கள்.

Fund	NAV (Rs.)	Net Assets (C)	1Y %	3Y %	5Y %
ICICI Prudential MIP 25 Growth	44.6317	1,650	11.3	8.3	9.4
ICICI Prudential Monthly Income Plan Growth	48.1366	339	5.5	7.6	9.1
Invesco India Regular Savings Fund Growth	1,809.2	18	5.7	7.4	6.9
Baroda Pioneer Conservative Hybrid Fund Growth	25.356	37	14.1	7	7.7
Aditya Birla Sun Life Regular Savings Fund Growth	40.1581	1,990	8.5	4.8	8.4
DSP BlackRock Regular Savings Fund Growth	36.7677	247	6. 9	3	5.9

9.8. பிக்செட் மெச்சூரிட்டி பிளான்ஸ் – FMPs

இதை தமிழில் சொல்வதென்றால் 'குறிப்பிட்ட காலத்தில் முதிர்வடையும் திட்டம்' என்று சொல்லலாம். இதுவும் ஒரு வகை பரஸ்பர நிதிதான். 'குளோஸ்டு எண்டட் டெட் பண்டுகள்' போல.

FMP திட்டத்தின் காலம் முன்கூட்டியே முடிவு செய்து ஏற்றுக் கொள்ளப்படுகிறது என்பதால், திட்டத்தின் நிதி மேலாளருக்கு எதில் எவ்வளவு முதலீடு செய்யலாம் என்று முடுவெடுக்க முடிகிறது. உதாரணமாக, மூன்று வருட முதிர்வுகால FMP-ன் நிதி மேலாளர், மூன்று வருட முதிர்வு கொண்ட கருவிகளில் மட்டும் முதலீடு செய்வார்.

டெட் பண்டுகள் செய்வது போல நிலையான வருவாய் தரும் கடன் பத்திரங்கள், அரசாங்க பத்திரங்கள், சர்டிஃபிகேட்ஸ் ஆப் டெப்பாசிட்ஸ் (CDs), கமர்சியல் பேப்பர்கள் (CPs), மணி மார்கெட் இன்ஸ்ட்ருமென்ட்ஸ் மற்றும் உயர் ரேட்டிங் 'AAA' பெற்ற கார்ப்பரேட் பாண்ட்ஸ், குறுகிய கால நிலையான வருவாய் முதலீடுகளில்தான் இதில் போடப்படும் பணம் முதலீடாகிறது.

சந்தையில் ஏற்படும் வட்டி விகித ஏற்ற இறக்கங்கள் FMP-ன் நிகர சொத்து மதிப்பை NAV பாதிக்கும்.

பரஸ்பர நிதிகளும் FMP-களும்

FMP-ல் குறைந்தது ரூ.5,000 முதலீடு செய்யவேண்டும். பரஸ்பர நிதிக்கு ரூ.500 போதும். பரஸ்பர நிதியில் இருந்து உடனடியாகக்கூட வெளியேறலாம். இ.எல்.எஸ்.எஸ். திட்டம் தவிர மற்றவற்றுக்குக் குறைந்தபட்ச முதலீட்டு காலம் இல்லை.

FMP-ல் போட்ட பணத்தைத் திரும்ப எடுப்பது

முதிர்வு காலம் 30 அல்லது 365 நாட்களாக இருக்கலாம். சில FMP-களுக்கு மூன்று அல்லது ஐந்து வருட காலம் கூட இருக்கிறது. ஒரு நிலையான வைப்பு போல குறிப்பிட்ட காலம் வரை முதலீட்டாளர் பணம் FMP-ல் இருக்கவேண்டும். அவை குளோஸ்டுஎண்டட் திட்டம் போலிருப்பதால், அந்த நிறுவனத்திடம் திரும்பக் கொடுத்து பணம் பெற முடியாது. அப்படி அவர்கள் வெளியேர விரும்பினால், பங்குச் சந்தையில் தான் அதை விற்க முடியும். வாங்குவதற்கு அதிகம் பேர் இருப்பார்கள் என்று சொல்ல முடியாது. அதனால் FMPகளுக்கு லிக்விடிட்டி குறைவு.

FMP-களும் பிக்செட் டெப்பாசிட்டுகளும்

FMP-களுக்கு ஒரு நிலையான முதிர்வு தேதி உள்ளது. அதனால் FMPகளை, பரஸ்பர நிதிகளில் இது ஒரு 'பிக்செட் டெப்பாசிட்' போல என்று சொல்வார்கள்.

பிக்செட் டெப்பாசிட்டுகளுடன் (FD) ஒப்பிடும் போது, நிலையான முதிர்வு திட்டங்களில் இருந்து கிடைக்கும் வருமானம் கூடுதலாக இருக்கும் வாய்ப்பு அதிகம். கடந்த ஒரு வருட காலத்தில் பெரும் பாலான FMP-கள் 8% வருமானம் கொடுத்துள்ள நிலையில், FD-களில் இருந்து வருமானம் 7.25 - 7.50% மட்டுமே. அனால், பிக்செட் டெப்பாசிட்டுகளை விடக் கூடுதல் ரிஸ்க் உள்ளவை என்பதும் உண்மை.

பிக்செட் டெப்பாசிட்டில் போடும் பணத்துக்கு எவ்வளவு வட்டி என்று முன் கூட்டியே உறுதி கொடுப்பார்கள். ஆனால் FMP-ல் எவ்வளவு கொடுக்கக்கூடும் என்று உத்தேச சதவிகிதத்தைத்தான் தெரிவிப்பார்கள். அதைவிடக் குறையவும் செய்யலாம்.

FMP-களும் வரிகளும்

FMP-ல் முதலீடு செய்கிற போது வருமானத்தைப் பெற இரண்டு வழிகள் உண்டு. முதலாவது டிவிடெண்ட் பெறும் வழி. மற்றது

டிவிடெண்ட் தரவேண்டாம். மாறாக அந்தப் பணத்தையும் மேல் முதலீடு செய்துவிடுங்கள் என்று சொல்லும் குரோத் வழி.

முதல் வழியில் வருமானம் பெற்றால் அதற்கு டிவிடெண்ட் டிஸ்டிரிபூஷன் வரி (DDT) உண்டு. டெட் ஃபண்டுகளுக்கு 28.8% டிவிடெண்ட் டிஸ்டிரிபூஷன் வரி விதிக்கப்படுகிறது. ஈக்விட்டி ஃபண்டுகளின் டிவிடெண்டுக்கு 10% தான்.

குரோத் ஆப்ஷன் தேர்வு செய்திருந்தால் அதற்கு, உரிய முதலீட்டு ஆதாய வரியான கேப்பிடல் கெயின்ஸ் டேக்ஸ் கட்ட வேண்டும். 3 ஆண்டுகளுக்கு குறைவான காலத்தில் பணத்தைத் திரும்பப் பெற்றால், கிடைக்கும் ஆதாயம் அவரது பிற ஆண்டு வருமானங் களுடன் சேர்க்கப்படும். அதற்கு அந்த நபருக்கு உரிய வரி ஸ்லாபின் படி, வருமான வரி கட்டவேண்டும்.

3 ஆண்டுகளுக்கு மேல் வைத்திருந்து பணத்தைப் பெற்றால் அது நீண்ட கால முதலீட்டு ஆதாயமாகக் கருதப்படும். கிடைக்கும் லாபத்துக்கு இண்டெக்சேஷன் கணக்கிடப்பட்டு, மீதித் தொகைக்கு 20% கேப்பிடல் கெயின்ஸ் டேக்ஸ் கட்டவேண்டும்.

எக்ஸ்பென்ஸ் ரேஷியோ

ஏனைய டெட் ஃபண்டுகளில் சந்தையில் வாங்கி விற்று வாங்கியும் லாபம் பெற முயற்சிப்பார்கள். ஆனால் இந்த ஃபண்டில் ஒரு முறை வாங்கி முதிர்வு காலம் வரை அந்த முதலீட்டு விஷயங்களை வைத்திருப்பதால், எக்ஸ்பென்ஸ் ரேஷியோ என்றவகையில் அவர்களுக்கு ஆகும் செலவு குறைவாக இருக்கும்.

பங்குகளில் முதலீடு உண்டா?

சமீப காலமாக சில பரஸ்பர நிதிகள் FMP-களின் பணத்தை அரசாங்க பத்திரங்களில் மட்டுமே முதலீடு செய்யாமல், பங்குச் சந்தையிலும் முதலீடு செய்து கூடுதல் வருமானம் காட்ட விழைகின்றனர்.

ஸ்டாண்டர்ட் சார்ட்டர்ட், கொடக் மற்றும் பிரின்சிபல் போன்ற நிதிகள் 65-80% கடன் மற்றும் 20-35% ஈக்விட்டி உள்ள நிலையான முதிர்வுத் திட்டங்களை அறிமுகப்படுத்தியுள்ளன. இப்படி பங்குச் சந்தையுடனான தொடர்பினால் வருமானம் அதிகம் வரும் சாத்தியம் இருக்கிற அதே நேரம், அதிகம் குறைகிற ஆபத்தும் உண்டு.

மொத்தத்தில், கொஞ்சம் ரிஸ்க், கொஞ்சம் லிக்விடிட்டி பிரச்னை உள்ள, பிக்செட் டெப்பாசிட்டுகளைக் காட்டிலும் கூடுதல் வருமானம்

தரவல்ல, கூடுதல் வரிச்சலுகை பெற்றுத் தரவல்ல ஒரு முதலீட்டு வாய்ப்பு FMP. குறிப்பிட்ட ஆண்டுகளுக்குத் தேவைப்படாத பணத்தை, கொஞ்சம் அதிக வருமானத்துக்காக, கொஞ்சம் ரிஸ்க் எடுத்து செய்ய முடியும் நிலையில் இருப்பவர்களுக்கு ஏற்ற முதலீடு.

கூடுதல் விவரங்களுக்கு

பிக்செட் மெச்சூரிட்டி பிளான்கள் என்று இணையத்தில் தேடலாம். தேடிய சமயம் எந்த எந்த பிக்செட் மெச்சூரிட்டி பிளான்களின் நியு ஃபண்ட் ஆஃபர்கள் நடப்பில் இருக்கிறது என்பதை இந்தப் படம் காட்டுகிறது (ஆகஸ்ட் 2019ல் இருந்த நிலவரம்). கிடைக்கும் தகவல் கீழ் கண்டவாறு இருக்கும். கொடுக்கப்பட்டிருக்கும்.

Fund	Tenure-Days	Open	Close
Aditya Birla Sun Life Fixed Term Plan – Series PT (1100 Days) – Regular Plan	1100	04 – May	08 – May
HDFC Fixed Maturity Plan – 1434 Days – May 2018 (1) – Regular Plan	1434	04 – May	08 – May
Invesco India Fixed Maturity Plan Series 31 – Plan C – Regular Plan	1106	24 – April	08 – May
Kotak FMP Series 226 – 1470 Days – Regular Plan	1470	10 – May	14 – May
Reliance Fixed Horizon Fund XXXVII – Series 6 – Regular Plan	1417	11 – May	16 – May
UTI Fixed Term Income Fund – Series XXIX – III (1131 Days) – Regular Plan	1131	03 – May	17 – May
Reliance Fixed Horizon Fund XXXVII – Series 5 – Regular Plan	1105	9 – May	10 – May

எந்த நிறுவனம், என்ன பெயரில் எத்தனை நாட்களுக்கான பிக்செட் மெச்சூரிட்டி பிளானை வெளியிடுகிறது; எந்த தேதியில் இருந்து எந்த தேதிக்குள் விண்ணப்பிக்க வேண்டும் என்கிற தகவல்கள் கிடைக்கின்றன. பட்டியலைப் பார்த்தால் 92 நாட்கள் 1099, 1113 ,1441, 3668, 1111 என்று பல்வேறுவிதமான கால கட்டங்களுக்கான பிக்செட் மெச்சூரிட்டி பிளான்கள் 'ஆஃபரில்' இருப்பது தெரியவரும்.

இவ்வாறாக எந்த நாளிலும் தேடலாம். அப்போது நடப்பில் இருக்கும் 'நியு ஃபண்ட் ஆஃபர்'கள் பற்றித் தெரிந்துகொள்ளலாம்.

ஒரு குறிப்பிட்ட திட்டம் பற்றித் தெரிந்துகொள்ள அந்த திட்டத்தின் மீது சொடுக்கினால் விவரங்கள் கிடைக்கும். உதா:

ஃபண்ட்டை நடத்துவது : *எஸ்.பி.ஐ. மியூட்சுவல் ஃபண்ட்.*

திட்டத்தின் பெயர் : *எஸ்பிஐ பிக்செட் மெச்சூரிட்டி பிளான் (எப்பெம்பி) - சீரிஸ் 5 (92 நாட்கள்)*

குறைந்தபட்ச முதலீடு : *ரூ 5000*

திட்ட காலம் : *92 நாட்கள்*

பண்ட் மேனேஜர் : *ரஞ்சனா குப்தா*

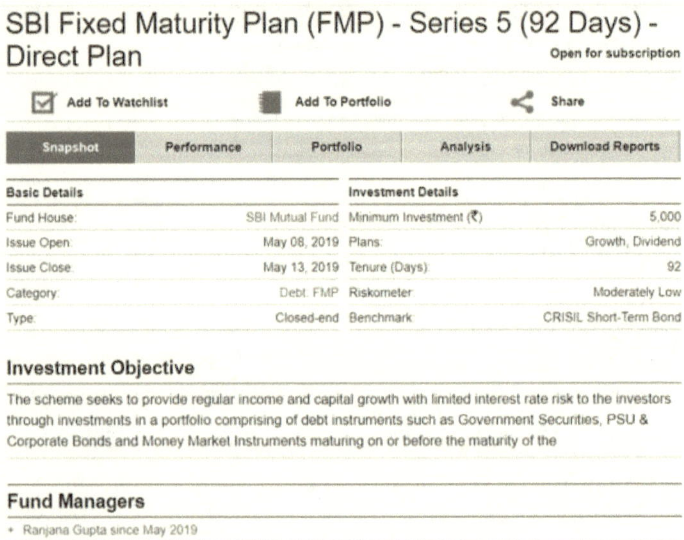
SBI Fixed Maturity Plan (FMP) - Series 5 (92 Days) - Direct Plan

Open for subscription

Add To Watchlist | Add To Portfolio | Share

Snapshot | Performance | Portfolio | Analysis | Download Reports

Basic Details		Investment Details	
Fund House:	SBI Mutual Fund	Minimum Investment (₹)	5,000
Issue Open:	May 08, 2019	Plans:	Growth, Dividend
Issue Close:	May 13, 2019	Tenure (Days):	92
Category:	Debt: FMP	Riskometer:	Moderately Low
Type:	Closed-end	Benchmark:	CRISIL Short-Term Bond

Investment Objective

The scheme seeks to provide regular income and capital growth with limited interest rate risk to the investors through investments in a portfolio comprising of debt instruments such as Government Securities, PSU & Corporate Bonds and Money Market Instruments maturing on or before the maturity of the

Fund Managers

- Ranjana Gupta since May 2019

(இதில், இந்த பிக்செட் மெச்சூரிட்டி பிளான் எந்தெந்தக் கருவிகளில் முதலீடு செய்யப்போகிறது என்கிற தகவல் இருக்காது. அதே போல பல்வேறு பிக்செட் மெச்சூரிட்டி பிளான்களும் இருக்காது.)

அட்வைசர்கோஜ் என்ற வலைதளத்தில் 2014ம் ஆண்டில் மிகச் சிறப்பாகச் செயல்பட்டு வருமானம் தந்த சில பிக்செட் மெச்சூரிட்டி பிளான்கள் குறித்து வெளியிடப்பட்டிருக்கும் தகவல் கீழே.

SBI Debt Fund Series 13 Months 14	-	10.6%
Birla Sun Life FTP Series EZ	-	9.5%
Birla Sun Life FTP Series FB	-	9.4%
JP Morgan India FMP Series 15	-	9.3%
UTI Fixed Term Income Sr XIV-IV (408D)	-	9.3%
LIC Nomura MF Interval Fund Monthly Sr 1	-	9.1%
ICICI Prudential FMP Series 66 405 Days...	-	9.1%

3 ஆண்டுகளுக்கு மேல் வைத்திருந்து வெளியேறினால் கிடைக்கும் முதலீட்டுப் பெருக்கத்துக்கு இண்டெக்ஷேஷன் அனுகூலமும் உண்டு. அதையெல்லாம் கணக்கிட்டு, அவற்றை வங்கி டெப்பாசிட்டுகளுக்கு கிடைக்கும் வரிக்குப் பிந்தைய வருமானத்துடன் ஒப்பிட்டு அதே வலைதளத்தில் கொடுக்கப் பட்டிருக்கும் தகவல் கீழே.

Post Tax growth of Rs 1 Lakh invested in FMPS

SBI Debt Fund Series 13 Months 14 - 1,10,569

Birla Sun Life FTP Series EZ - 1,09,490

Birla Sun Life FTP Series FB - 1,09,430

JP Morgan India FMP Series 15 - 1,09,300

UTI Fixed Term Income Sr XIV-IV (408D) - 1,09,280

LIC Nomura MF Interval Fund Monthly Sr 1 - 1,09,100

ICICI Prudential FMP Series 66 405 Days... - 1,09,100

Post Tax growth of Rs 1 Lakh invested in FDS

Indusind Bank - 1,06,392

HDFC Bank - 1,06,219

ICICI Bank - 1,05,528

Bank of India - 1,06,392

Bank of Baroda - 1,06,288

Punjab National Bank - 1,06,219

State Bank of India - 1,06,219

மேலும் சில எடுத்துக்காட்டுகள்

HDFC, AMC-ன் இரு FMPகள்

HDFC FMP - 1183 Days - April 2018 (1) Direct-G: Comparative Analysis

	1 WK	1 MTH	3 MTHS	6 MTHS	1 YR	3 YRS	5 YRS
Fund Return	0.21%	0.21%	2.18%	5.43%	8.66%	N.A.	N.A.
CRISIL Composite Bond Index Benchmark Return	N.A.	N.A.	N.A.	N.A.	N.A.	N.A.	N.A.
Category Avg. Return	0.18%	0.10%	1.90%	4.63%	7.53%	8.12%	8.23%
Difference between Fund & Category Avg Return	0.03%	0.11%	0.28%	0.80%	1.13%	N.A.	N.A.
Rank in Category	241	370	387	176	41	N.A.	N.A.
Growth of 10,000	10020.57	10021.04	10218.49	10543.00	10866.05	N.A.	N.A.
% Growth	0.21%	0.21%	2.18%	5.43%	8.66%	N.A.	N.A.

மேலே காட்டப்பட்டுள்ள HDFC*-ன் 1183 நாள்* FMP*, ஓராண்டில், 8.66% வருமானம் கொடுத்திருக்கிறது.*

அதே போன்று பிற 1183 நாள் FMP-கள் எப்படி செயல்பட்டு, என்ன வருமானம் கொடுத்திருக்கின்றன என்று HDFC-ன் வலை தளத்திலேயே பார்க்கலாம். அதில் பொதுவாக FMP-கள் என்ன கொடுக்கின்றன என்பது தெரிய வரும்.

FMP-களில் போடப்படும் பணத்தை, நிதி மேலாளர்கள் எப்படிக் கையாளுகிறார்கள் என்பதைத் தெரிந்துகொள்ளும் ஆர்வம் இருக்கலாம். மேலே பார்த்த HDFC FMP - 1183 Days - April 2018 (1) Direct-G என்ற திட்டத்தில் போடப்பட்டிருக்கும் பணம் கடன் பத்திரங்களில்தான் முதலீடு செய்யப்பட்டிருக்கிறது. பங்குகளில் ஏதுமில்லை. கடன் பத்திரங்களில் 97.14%. மற்றவை 2.86%. அது ரொக்கமாகவும் இருக்கலாம்.

Assets	Allocation	Value in Rs (Cr)
Equity	0.00%	0.00
Debt	97.14%	222.13
Others	2.86%	6.53

கடன் பத்திரங்கள் என்றால், எவற்றில்? ஒவ்வொன்றிலும் எவ்வளவு என்று அறிந்துகொள்ளும் ஆர்வம் முதலீட்டாளருக்கு வரலாம். பார்க்கப் போனால், வரவேண்டும். அதே HDFC FMP - 1183 Days - April 2018 (1) Direct-G திட்டத்தின் மிக அதிகமான பணம் முதலீடு செய்யப்பட்டிருக்கும் முதல் பத்து கடன் பத்திரங்களின் விவரங்கள் வருமாறு.

Holding	Asset Type	Allocation (%)	Value (Rs Cr)
Rajasthan State	State Dev Loan	13.10%	29.97
Housing Development Finance Corpn. Ltd.	Zero Coupon Bonds	11.67%	26.69
Tata Sons Ltd.	Non Convertible Debenture	10.87%	24.85
REC Ltd.	Bonds/NCDs	10.84%	24.78
Power Grid Corporation of India Ltd.	Debenture	9.94%	22.73
LIC Housing Finance Ltd.	Debenture	8.79%	20.10
Power Finance Corpn. Ltd.	Bonds	8.30%	18.97
Indian Railway Finance Corpn. Ltd.	Bonds	6.75%	15.44
Export-Import Bank Of India	Bonds	5.40%	12.34
Small Industries Devp. Bank of India Ltd.	Debenture	4.97%	11.36

9.9. கார்பரேட் பாண்ட்ஸ்

இவை பரஸ்பர நிதிகள் அல்ல. இவை நிறுவனங்கள் வெளியிடும் ஃபாண்ட்கள். இவற்றுக்கு முன்கூறிய வட்டி வழங்கப்படும். குறிப்பிட்ட காலம் கழித்து இந்த பாண்டுகளை வெளியிட்ட நிறுவனங்களே திரும்ப வாங்கிக்கொண்டு பணம் கொடுத்துவிடும்.

பாண்டுகள் வெளியீட்டின் போது வாங்குவது தவிர, பின்னால் அவற்றைப் பங்குச் சந்தையிலும் வாங்கலாம். விற்கவும் செய்யலாம். ஆனால் பங்குகள், பரஸ்பர நிதிகள் அளவுக்கு இவை வர்த்தகம் ஆவதில்லை.

9.10. ஹெட்ஜ் ஃபண்டுகள்

இந்திய பங்குச்சந்தைகள் வேகமாக விழுகிறபோது ஹெட்ஜ் ஃபண்டுகள் விற்றுவிட்டு வெளியேறுகிறார்கள் என்று சொல்லக் கேள்விப் பட்டிருக்கலாம். ஹெச் ஃபண்டுகளும் பரஸ்பர நிதிகள்தான். பிறரிடம் பெற்ற பணத்தை குறிப்பிட்ட விதங்களில் முதலீடு செய்து, லாபம் பார்த்து முதலீட்டாளர்களுக்கு வருமானம் கொடுப்பவர்கள். ஆனால் இந்த வகை ஃபண்டுகள், வழக்கமான பரஸ்பர நிதிகள் செய்கிற முதலீடுகளைச் செய்வதில்லை.

வழக்கமான பரஸ்பர நிதிகள் செய்யமுடியாத, ரிஸ்க் அதிகம் இருக்கிற முதலீட்டு அணுகுமுறைகள் கொண்டவர்கள் ஹெட்ஜ் ஃபண்டுகள். அதற்கு அனுமதிக்கப்பட்டவர்கள். உதாரணத்துக்கு, ‘ஷார்ட் செல்லிங்’, ‘லிவரேஜ்’ போன்றவை செய்வது, பிரைவேட் ஈக்விட்டிகளில் முதலீடு செய்வது, அதிக வருமானம் தரக்கூடிய ஃபண்டுகளில் முதலீடு செய்வது மற்றும் நசிந்து கொண்டிருக்கும் நிறுவனங்களில் முதலீடு செய்வது.

ஹெட்ஜ் ஃபண்டுகள் prospectus exemption அடிப்படையில் விற்பனை செய்யப்படுபவை. இதன் காரணமாக இவை எக்ஸ்செம்ப்டெட் செக்யூரிட்டீஸ் என்று அழைக்கப்படுகின்றன.

எல்லோராலும் ஹெட்ஜ் ஃபண்டுகளில் முதலீடு செய்ய முடியாது. அக்கெரிட்டட் இன்வெஸ்டார் ஆக இருந்தால் தான் முதலீடு செய்ய முடியும்.

ஹெட்ஜ் ஃபண்டுகளுக்கு AIF (Alternate Investment Fund) என்ற வேறொரு பெயரும் உண்டு. இவை, லிஸ்டட் செக்யூரிட்டீசில் மட்டுமல்ல, அன்லிஸ்டெட் செக்யூரிட்டிகளிலும் முதலீடு செய்வன.

AFI-ஐ மூன்று பெரும் பிரிவுகளாகப் பிரிக்கலாம்.

1. ஏஞ்சல் மற்றும் வென்ச்சர் கேப்பிட்டல், சோஷியல் மற்றும் இன்ஃப்ராஸ்டிரக்ச்சர் ஃபண்ட், SME ஃபண்ட் ஆகியவை சேர்ந்த நிதிகள். இந்த நிதிகளுக்கு அரசாங்க சலுகைகள் கிடைகின்றன.

2. பிரைவேட் ஈக்விட்டி, ரியல் எஸ்டேட் டிரஸ்ட், மற்றும் PIP ஃபண்ட்ஸ் அடங்கும். இந்த நிதிகள் எந்தவொரு கலவையிலும் எங்கும் முதலீடு செய்ய அனுமதிக்கப்படுகின்றன, ஆனால் அன்றாட செயல்பாட்டு நோக்கங்களைத் தவிர கடன்களை எடுக்க முடியாது.

3. குறுகிய கால முதலீடுகளைச் செய்து பின்னர் ஹெட்ஜ் ஃபண்ட் போல விற்கும் நிதிகள் இதன் கீழ் வருகின்றன.

இந்தியாவில் தற்சமயம் செபியிடம் பதிவு செய்யப்பட்ட 346 AFI-கள் இயங்குகின்றன.

முதல் இரண்டு வகை ஃபண்டுகளில் கிடைப்பது லாபமோ, நஷ்டமோ அந்த முதலீட்டாளர் கணக்கைச் சார்ந்தது. அவர் அதை அவருடைய வருமானவரிக் கணக்கில் காட்டிவிட வேண்டும். மூன்றாவது வகை மட்டும், பரஸ்பர நிதி வகையில் சேர்ந்ததாக கணக்கில் எடுத்துக்கொள்ளப்படும். இது சரியில்லை; முதல் இரண்டையும் கூட நிதிகளாகத்தான் பார்க்கவேண்டும் என்று சொல்வோர் உண்டு.

'ஹை நெட்வொர்த் இண்டிவிஜுவல்ஸ்' (HNI) என்று சொல்லப்படும் பணக்காரர்கள் மற்றும் இன்ஸ்டிடூஷனல் இன்வெஸ்ட்டார்ஸ் என்றழைக்கப்படும் நிறுவன முதலீட்டாளர்கள் மட்டுமே அதிக ரிஸ்க் இருக்கக்கூடிய AFI முதலீடு செய்ய அனுமதிக்கப்படுகிறார்கள். தனிநபர்கள் செய்யவும் இயலாது. ஒவ்வொரு நிதியும் குறைந்த பட்சம் 20 கோடி ரூபாய் முதலீட்டுடன் இயங்க வேண்டும். அதே போல ஒவ்வொரு முதலீட்டாளரும் அதில் பணம் போட வேண்டு மென்றால் குறைந்தபட்சம் ஒரு கோடி ரூபாய் போட வேண்டும்.

இந்த வகை இதில் முதலீடு செய்பவர்கள் பிரைவேட் ஈக்விட்டி மற்றும் வென்ச்சர் கேபிடலில் அதிக ஆர்வம் காட்டுகிறார்கள். மூன்றாவதாக ரியல் எஸ்டேட் நிதிகளிலும் போடுகிறார்கள். இந்தியாவில் ஹெட்ஜ் ஃபண்டுகளில் பணம் கொடுத்தவர்கள் குறைவுதான். இப்படியாக இந்த மூன்றிலும் சேர்த்து இந்தியாவில் புழங்கும் பணத்தின் அளவு, வளர்ந்த நாடுகளான அமெரிக்கா, சீனா மற்றும் இங்கிலாந்துடன் ஒப்பிடுகையில் ஒப்பிடுகையில் மிகவும் குறைவு.

அமெரிக்காவில் 2.8 லட்சம் டாலர்கள் அளவும் இங்கிலாந்தில் 495 பில்லியன் டாலரும் சீனாவில் 265 பில்லியன் டாலரும் இந்த ஃபண்டுகள் இருக்கின்றன. 2019ல் இந்தியாவில் மொத்தம் ஒரு பில்லியன் இருந்தால் அதிகம். இப்போது தான் கொஞ்சம் சூடு பிடித்திருக்கிறது. 2017ஆம் ஆண்டில் அதற்கு முந்தைய ஆண்டை காட்டிலும் 55 சதவீத வளர்ச்சி கண்டிருந்தும்கூட 2019ல் மொத்தம் ஒரு பில்லியன் தான்.

ஹெட்ஜ் பண்டுகளை ஆறு வகைகளாகப் பிரிக்கலாம்.

1. லாங் மட்டும்: இந்த வகை நிதிகள் எந்த ஒரு அசட் கிளாசையும் முதலில் வாங்கி வெளியேறியபின் விற்று லாபம் பார்க்கும் வகையைச் சார்ந்தவை. சாதாரண பரஸ்பர நிதிகளைப் போல.
2. லாங் மற்றும் ஷார்ட்: இந்த வகை பரஸ்பர நிதிகள் சந்தையில் வாங்கவும் செய்யும். வாங்காத ஒன்றை முதலில் விட்டு பின்னர் வாங்கி செய்ய முயற்சிக்கும்.
3. 'மார்க்கெட் நியூட்ரல்': இவற்றின் நோக்கம் எவ்வளவு லாங்கோ அவ்வளவு 'ஷார்ட் பொசிஷன்' களும் வைத்திருக்கும்.
4. Distressed செக்யூரிட்டீஸ்: நசிந்துகொண்டிருக்கும் நிறுவனங்கள் அல்லது கெட்டுக்கொண்டிருக்கும் முதலீடுகளில் குறைந்த விலைக்கு முதலீடு செய்து, பெரும் லாபம் பார்க்க நினைக்கும் முதலீடுகள்.
5. ஈவண்ட் ட்ரிவன்: ஒரு குறிப்பிட்ட நிகழ்வு, பட்ஜெட் அல்லது தேர்தல் அல்லது நிதி நிலை வெளியீடு அல்லது பிரெக்சிட் முடிவு போன்ற ஏதோ ஒரு நிகழ்வை நோக்கி அதன் விளைவு எப்படி இருக்கும் என்பதை அனுமானித்து, ரிஸ்க் எடுத்து குறிப்பிட்ட விதத்தில் லாங் அல்லது ஷார்ட் போவது.
6. Fund of Hedge Funds: தாங்களே ஒரு Hedge Fund தனியாக நடத்தாமல், சிறப்பாக செயல்படுவதாக நினைக்கிற சில hit பண்டுகளில் முதலீடு செய்வது பரஸ்பர நிதிகளில் (Fund of Funds) இருப்பது போல.

ஹெட்ஜ் பண்டுகளில் என்ன ரிஸ்க் இருக்கிறது?

முதலாவது மற்ற பரஸ்பர நிதிகளைப்போல இவை பங்குச் சந்தைகளில் பட்டியல் இடப்படாது. இந்த ஃபண்டுகளை தொடர்ந்து வாங்கவோ விற்கவோ இயலாது. இதில் போடப்பட்ட முதலீட்டை நினைத்த நேரத்தில் எடுப்பது என்பது சாத்தியமில்லை. குறிப்பிட்ட

எண்ணிக்கையில் தான் ஒரு ஆண்டுக்குள் மற்றும் ஃபண்ட் சொல்லுகிற சில குறிப்பிட்ட காலகட்டத்துக்குள் மட்டும்தான் முதலீடுகள் வெளியேறலாம், உள்ளே வரலாம். அதன் காரணமாக இந்த வகை ஃபண்டுகளில் 'லிக்விடிட்டி' மிகவும் குறைவு.

இரண்டாவது ரிஸ்க் என்பது, மற்ற பரஸ்பர நிதிகள் செயல்பாடுகளை இணையம் மூலம் தெரிந்துகொள்ளமுடியும். அல்லது அந்த நிறுவனம் பட்டியலிடப்பட்டிருக்கும் சந்தைகளுக்கு அறிவித்திருப்பார்கள். அல்லது நேரடியாக முதலீட்டாளர்களுக்கு மின்னஞ்சல் அல்லது தபால் மூலம் தெரிவிக்கப்படும். ஆனால், ஹெட்ஜ் ஃபண்டுகளைப் பொறுத்தவரையில் அதன் செயல்பாடுகள் பற்றி தகவல்கள் பொது வெளியில் கிடைக்காது. அவர்கள் அப்படிச் சொல்ல வேண்டிய கட்டாயமும் இல்லை.

அடுத்த ரிஸ்க், இந்த ஃபண்ட் செய்யும் முதலீட்டு யுக்திகள் எளிதில் புரிந்து கொள்ளும் விதமாக இருக்காது. அதனால் விவரம் தெரிந்து கொண்டு முதலீடு செய்வது என்பது பெரும்பாலானோரால் முடியாது.

10. நிறைவாக

ஏகப்பட்டவற்றை பார்த்தாயிற்று. பரஸ்பர நிதிகள் என்று சாதாரணமாக நினைத்துக்கொண்டிருந்த ஒன்றுக்குள் இவ்வளவு இருக்கிறதா என்று சிலருக்கு மலைப்பாக கூட இருக்கலாம்.

பரஸ்பர நிதிகள் குறித்து ஓரளவு தெரிந்து கொண்டாகிவிட்டது. இனி, முடிவு எடுக்கவேண்டியது தான். கிடைத்த தகவல்களை வைத்துத்தான் அதைச் செய்யவேண்டும்.

இன்றைக்கு இருக்கும் தேவைகளைவிட, வருங்காலத்தின் தேவைகள் அதிகம் இருக்கும். எனவே சேமிக்க வேண்டும். அதிகரிக்க இருக்கும் தேவையின் அளவு மற்றும் மாறப்போகும் தேவைகளின் தன்மை தவிர, பணவீக்கத்தின் காரணமாகவும் எதிர்காலத்தில் தேவைப்படும் பணத்தின் அளவு அதிகரித்துவிடும். அதனால், சேமிப்பது தவிர, சேமித்த பணத்தை கணிசமான அளவு வளரும்விதமாக, முதலீடு செய்வதும் முக்கியம் என்பதை முதலில் பார்த்தோம்.

அடுத்து, முதலீடு செய்வதற்கு இருக்கும் வாய்ப்புகளுக்கு குறை வில்லை. தங்கம், பிக்சட் டெப்பாசிட், பங்குகள், பரஸ்பர நிதிகள் என ஏற்கனவே தெரிந்த பல இருக்கின்றன. அவை தவிர, அதிகம் பேருக்கு பரிச்சயம் ஆகாத கவர்மெண்ட் செக்யூரிட்டீஸ், கமர்சியல் பேப்பர் என வேறு சிலவும் இருக்கின்றன என்பதையும் பார்த்தோம்.

அதிக அனுபவம் இல்லாதவர்கள், நேரம் இல்லாதவர்கள் நேரடி பங்கு வர்த்தகத்தை, நேரடி பங்கு முதலீட்டைத் தவிர்க்கவேண்டும் என்று முடிவு செய்தோம். பிக்செட் டெப்பாசிட்டில் ஓரளவு பணம் போடலாம். தங்கத்திலும் நகைகளாக ஓரளவு பணம் போடலாம்.

அவையெல்லாம் போக மீதமிருக்கும் பணத்தை பரஸ்பர நிதிகளில் முதலீடு செய்யலாம் என்கிற முடிவுக்கு வந்தோம்.

அப்படிப்பட்ட பரஸ்பர நிதிகளில் பல்வேறு வகைகள், திட்டங்கள் இருப்பது இப்போது தெரிய வந்திருக்கிறது. கொட்டிக்கிடக்கும் அத்தனை வாய்ப்புகளில் எதைத் தேர்வு செய்வது? அல்லது ஒன்றுக்கு மேலாக எந்த எந்த திட்டங்களில் எவ்வளவு முதலீடு செய்வது? இந்தக் கேள்விகளுக்கு பதில் கண்டுபிடிக்க வேண்டும். அதைத்தான் இனி நிறைவாகப் பார்க்கப்போகிறோம்.

ரிஸ்க் கொஞ்சம் உண்டு. ஆனாலும்...

பரஸ்பர நிதிகளில் ரிஸ்க் இல்லாமல் இல்லை. ரிஸ்க் உண்டுதான். ஆனாலும், மற்ற முதலீடுகளைவிட, பரஸ்பர நிதிகள் கூடுதல் பாதுகாப்பானவை. அவற்றில் முதலீடு செய்யவும், பணம் திரும்ப வேண்டும் நேரம் முதலீட்டை விட்டு வெளியேறவும் பல வழிகள் இருக்கின்றன.

1993ம் ஆண்டு, சென்னையில் தொடங்கிய இந்திய பரஸ்பர நிதித் துறை, கடந்த 26 ஆண்டுகளில் பல முன்னேற்றங்களைக் கண்டிருக்கிறது. தனியார் மற்றும் பொதுத் துறையைச் சேர்ந்த 40க்கும் மேற்பட்ட அசட் மேனேஜ்மென்ட் கம்பெனிகள், விவரமறிந்த, அனுபவமிக்க ஃபண்ட் மேனேஜர்களை வைத்து, சுமார் 2,500க்கும் மேற்பட்ட திட்டங்களை வெற்றிகரமாக நடத்திக் கொண்டிருக்கின்றன.

திட்டங்கள் எப்படி, என்ன என்பனவற்றைத் தெரிந்து கொள்ள ஏதுவாக பல்வேறு விவரங்கள் இணையதளங்கள், வலைதளங்களில் கொட்டிக் கிடக்கின்றன. சரியான, பொருத்தமான ஒன்றைத் தேர்வு செய்ய வாய்ப்புகள் இருக்கின்றன. போதாததற்குப் பல்வேறு பரஸ்பர நிதி அட்வைசர்கள், பைனான்சியல் கன்சல்டண்ட்கள் இருக்கிறார்கள். பெரிய நிறுவனங்கள் பரஸ்பர நிதிகளின் கார்ப்பரேட் ஏஜென்டுகள் ஆகி, திறன் மிக்கவர்களை வேலைக்கு அமர்த்தி, சரியான முதலீடுகள் செய்ய வாடிக்கையாளர்களுக்கு உதவுகிறார்கள்.

பரஸ்பர நிதிகளை வாங்குவது, விற்பது சுலபமாக்கப்பட்டிருக்கிறது. பங்குச்சந்தையை கண்காணித்து வழிகாட்டும் ஆணையம் செபி, பரஸ்பர நிதித்துறையையும் தொடர்ந்து கண்காணிக்கிறது. தொடர்ந்து வழிமுறைகளை நிர்ணயிக்கிறது.

பரஸ்பர நிதி மூலம் சேமிப்பது குறித்து தொலைக்காட்சிகளிலும் மற்ற ஊடகங்களிலும் பலரும் பேசியும் எழுதி வருவதால் மக்களிடம் பரஸ்பர நிதிகள் குறித்த விஷயங்கள் ஓரளவு சென்றடைந்திருக்கின்றன.

முன்னெப்போதும் இல்லாத அளவாக பரஸ்பர நிதிகள் கையாளும் பணத்தின் அளவு உயர்ந்திருக்கிறது. 2019ம் ஆண்டு பரஸ்பர நிதிகள் வசம் இருக்கும் அசெட்ஸ் அண்டர் மேனேஜ்மெண்ட், 26 லட்சம் கோடியாக இருக்கிறது.

பல இளம் வயதினரும், வேலைக்குப் போய் சம்பாதிப்பவர்களும் மாதாமாதம் ஒரு தொகையை SIP மூலம் பரஸ்பர நிதிகளில் சேமித்து வருகிறார்கள். இந்தியாவில் SIPகள் மூலம் மட்டுமே மாதம் சுமார் 7,000 கோடி ரூபாய் நிதி பரஸ்பர நிதிகளுக்கு வந்து கொண்டிருக்கிறது.

பங்குச்சந்தை 2019 ஆம் ஆண்டின் தொடக்கத்தில் காணப்பட்ட இறக்கம் ஓரளவுடன் நின்றதற்கு இந்த எஸ்.ஐ.பி பணம் ஒரு காரணம் என்று சொல்லும் அளவு, அதன் தொடர் முதலீடு இருந்தது. இது இந்திய முதலீட்டாளர்களின், குறிப்பாக பரஸ்பர நிதியில் முதலீடு செய்பவர் களின் முதிர்ச்சியைக் காட்டுவதாகச் சொல்பவர்களும் உண்டு.

முன்னேறிய நாடான அமெரிக்காவில் பெரும்பாலான சிறு முதலீட்டாளர்கள் நேரடியாக பங்குகளில் முதலீடு செய்வதில்லை என்றும், அவர்களில் பலர் பரஸ்பர நிதிகள் மூலமே பங்குச்சந்தை தரும் வாய்ப்புகளை பெறுகிறார்கள் என்றும் சொல்வதுண்டு. மேலும் அமெரிக்காவில் 44% குடும்பங்கள் பரஸ்பர நிதிகளில் முதலீடு செய்திருக்கிறார்கள் என்பதும் கவனிக்கத்தக்க ஒரு தகவல்.

அந்த அளவு இல்லை என்றாலும் கடந்த சில ஆண்டுகளில் பரஸ்பர நிதிகள் மூலம் பங்குச் சந்தையின் பயன்களைப் பெறுவோர் எண்ணிக்கை நம் தேசத்திலும் கணிசமாகவே உயர்ந்திருக்கிறது.

நேரடிப்பங்கு வர்த்தகத்தில் ஈடுபடும் பலரும், தானே செய்து பார்க்கும் சுவாரசியம் தவிர, அதனால் பெறுவது வேறு ஒன்று மில்லை. பெரும்பாலானோருக்கு நேரடி பங்கு வர்த்தகம் லாபம் தருவதில்லை. காரணம், அதைப் புரிந்துகொள்வது, அனைத்து தேவைப்படும் விவரங்களையும் தெரிந்து கொள்வது, உணர்ச்சிவசப் படாமல் அதை சரியாகக் கையாளவதெல்லாம் சுலபமல்ல. சிறு முதலீட்டாளர்களில் அதைச் சரியாகச் செய்பவர்கள் மிகக் குறைவு. அந்த திறன்கள் வாய்க்கப் பெற்ற ஃபண்ட் மேனேஜர்கள் வைத்து முதலீடு செய்யும் பரஸ்பர நிதிகளே நேரடி பங்கு வர்த்தகத்தை காட்டிலும் நன்மை தருவது.

அதேபோல நிச்சய வருமானம் தரும் கடன் பத்திரங்களிலும் பல்வேறு வகைகள் வாய்ப்புகள் தவிர, பல ஆபத்துகளும் இருக்கின்றன.

அவற்றிலும் எது சரி, எது கூடுதல் லாபம், எதில் ரிஸ்க் குறைவு என்றெல்லாம் தேர்வு செய்ய சில விவரங்களும் திறன்களும் தேவை. அதனால் அதிலும் நேரடியாகப் போவதைக் காட்டிலும் பரஸ்பர நிதிகளின் டெட் ஃபண்டுகள் மூலம் முதலீடு செய்வது மேல்.

எடுத்தவுடன் பரஸ்பர நிதி அல்ல

பரஸ்பர நிதி பற்றிய புத்தகம் என்பதால் பரஸ்பர நிதிதான் முக்கியம் மற்றும் முதலில் செய்ய வேண்டியது என்று சொல்லவில்லை. அப்படிப்பட்ட முதலீடு செய்வதற்கு முன்பு வேறு சிலவற்றைச் செய்திருக்க வேண்டும் என்பது எனது கருத்து. ஆலோசனைகள் கேட்க வந்த பலரின் நிலையைவைத்து நான் கற்ற பாடம்.

சம்பாதிக்கும் பணத்தில் எவற்றை முதலில் செய்யவேண்டும் என்று திட்டமிட்டுச் செய்யவேண்டும். வாய்ப்பு இருக்கிறதென்று, தெரிந்தவர்கள், உறவினர்கள் சொன்னார்கள் என்றெல்லாம் எதிலாவது முதலீடு செய்யக் கூடாது.

கட்டாயம் செய்ய வேண்டியவை : வரிசைக்கிரமமாக

1. முதலாவது, வங்கி அல்லது போஸ்ட் ஆபீஸ் பிக்செட் டெப்பாசிட் (3 முதல் 6 மாத பணத் தேவையளவு)
2. இரண்டாவது, குடும்பத்தாருக்கு சில தங்க நகைகள்
3. மூன்றாவது, வீட்டில் சம்பாதிப்பவர் பெயரில் என்டோவ்மெண்ட் அல்லது குறைந்த பட்சம் 'டெர்ம் இன்சூரன்ஸ்'
4. நான்காவது, குடும்பத்தினர் அனைவருக்கும் மெடிக்கல் இன்சூரன்ஸ்
5. அடுத்து குடியிருக்க வீடு அல்லது பிளாட் (வங்கிக் கடன், அதற்கு கட்டும் ஈ.எம்.ஐ)
6. அதன் பிறகு பரஸ்பர நிதிகளியில் முதலீடு

இவற்றையெல்லம் செய்யத் தொடங்கியபின் மேலும் கைவசம் கூடுதல் பணம் இருந்தால், ரியல் எஸ்டேட், நேரடி பங்குகள், ஓவியங்கள் வாங்கி விற்பது போன்வற்றைச் செய்யலாம். கட்டாயமில்லை.

ஓப்பன் எண்டடா... குளோஸ்டு எண்டடா?

பரஸ்பர நிதிகளில் முதலீடு செய்யும் போது, ஓப்பன் எண்டட்டில் செய்வதா? குளோஸ்டு என்டட்டில் செய்வதா? தேர்வு செய்வது தேவையைப் பொறுத்தே. இது குறித்து முன்பே விளக்கியாகி

விட்டது. எங்கே யாரிடம் வாங்குவது விற்பது என்பதுதான் வேறுபாடு. மற்றபடி இரண்டும் பெரும்பாலும் ஒன்றுதான். ஏனைய விஷயங்களை வைத்து இதைத் தேர்வு செய்து கொள்ளலாம்.

ஈக்விட்டி VS டெட் ஃபண்டுகள்

அடுத்தது ஈக்விட்டியா... டெட் ஃபண்டுகளா? எவற்றில் முதலீடு செய்வது என்கிற கேள்விக்கான பதில்.

இது மிக முக்கியமான முடிவு. ஒருவருடைய வயது, அவரிடம் இருக்கும் பணம், அவருக்குத் தேவைப்படும் வருமானம் ஆகியவற்றின் அடிப்படையில் எடுக்க வேண்டிய முடிவு.

வயது 40க்குள் இருந்தால், ஈக்விட்டி ஃபண்டுகளில் முதலீடு செய்யலாம். நிரந்தர வேலையில் இருப்பவர்கள், நன்கு சம்பாதிப்பவர்கள், கொஞ்சமேனும் பிற சொத்துக்கள், சேமிப்புகள் வைத்திருப்பவர்கள், 55, 60 வயது வரை ஈக்விட்டி திட்டங்களில் முதலீடு செய்யலாம். ஈக்விட்டி திட்டங்களில் எஸ்.ஐ.பி-ம் செய்யலாம்.

மற்றவர்கள், அவர்கள் முதலீடு செய்யும் நிதியில், ஈக்விட்டி அளவு 30 சதவீதத்துக்கும் கீழ் உள்ளவாறு பார்த்துக் கொள்ளவேண்டும். வேலை மற்றும் வியாபாரத்தில் இருந்து கிடைக்கக்கூடிய வருமானம் நிச்சயம் இல்லை என்றால், 40 வயதுக்கு மேல் ஆனவர்கள் பங்குச் சந்தை தொடர்பான ஈக்ட்விட்டி முதலீட்டைத் தவிர்ப்பதே நல்லது.

அதேபோல தொடர்ந்து பல ஆண்டுகள் உழைக்கக்கூடிய உடல் ஆரோக்கிய சிரமங்கள் இருப்பவர்கள் இதைத் தவிர்ப்பது நல்லது.

பணி ஓய்வு பெற்றவர்கள், 60 வயதுக்கு மேல் உள்ளவர்கள், மற்றபடி பெரும் சொத்துகள் இருந்தால் மட்டுமே பரஸ்பர நிதிகளின் ஈக்விட்டி திட்டத்துக்குள் வரவேண்டும். இல்லாதவர்கள் தவிர்ப்பதே நல்லது. அப்படிப்பட்டவர்கள், டெட் ஃபண்டுகளில் போடுவதே பாதுகாப்பானது.

சந்தையின் போக்கை வைத்து

இவை போக பங்குச் சந்தையின் போக்கை வைத்தும் ஈக்விட்டியா, டெட் பண்டுகளா என்று முடிவுகள் எடுக்கலாம். பங்குச் சந்தைகள் 'மார்க்கெட் சைக்கிள்' எனப்படும் சுழற்சிக்கு உட்பட்டவை.

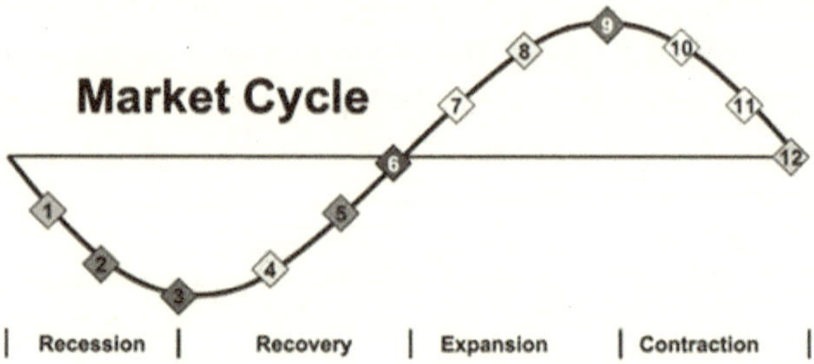

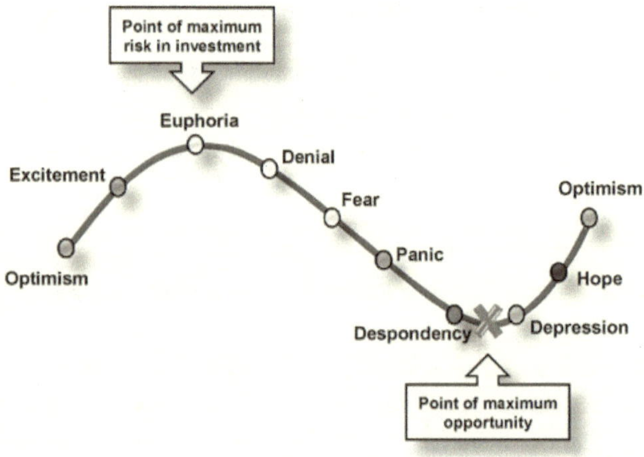

சில ஆண்டுகள் பங்கு விலைகள் தொடர்ந்து உயர்ந்து, மொத்த சந்தையில் bull run இருக்கும். அதை 'பூம் பீரியட்' என்றும் சொல்வார்கள். அப்போது சுமாரான நிறுவன பங்குகள் கூட, ஓரளவு விலை உயரும். அதனால் ஈக்விட்டி ஃபண்டுகள் நன்றாக லாபமீட்டும்.

அப்படிப்பட்ட ஓட்டம் சில பல ஆண்டுகள் கூட நீடிக்கும். ஆனால் முடிவுக்கு வராமல் போகாது. சுழற்சியின் அடுத்த பகுதி வந்தே தீரும். எந்தப் பங்குச்சந்தையும் குறிப்பிட்ட காலத்துக்கு மேல் தொடர்ந்து உயர முடியாது. தொடர்ந்து சில ஆண்டுகளுக்கு பங்கு விலைகள் உயர்ந்தது போல, பின்பு சில பல மாதங்களுக்கு விலைகள் தொடர்ந்து கீழிறங்கும்.

அதுபோன்ற சமயங்களில் மிகச் சில பங்குகளைத் தவிர, நன்றாகவே செயல்பட்டாலும் பெரும்பாலான நிறுவனப் பங்குகளின் விலைகள்

குறையும். முந்தையது புல் ரன் என்றால், அடுத்தது பேயர் ரன் (bear run). முன்பு அதிகமாக உயர்ந்த விலைகள் இறங்குவது, 'பிரைஸ் கரெக்‌ஷன்'. சில காலம் அப்படியே இறங்குவது 'டைம் வைஸ் கரெக்‌ஷன்' இரண்டும் நடக்கும். இதன் காரணமாக அப்படிப்பட்ட காலகட்டத்தில் ஈக்விட்டி பரஸ்பர நிதிகள் லாபம் காட்ட முடியாது.

இந்த ஓட்டங்கள் எப்போது தொடங்கும், எவ்வளவு மாதங்கள் அல்லது ஆண்டுகள் நடக்கும் மற்றும் எப்போது மாறும் என்பதை யெல்லாம் முன்கூட்டிக் கணிப்பது சாத்தியமில்லை. தொடங்கிய பின், 'ஆமாம் மாறிவிட்டது' என்று தெரியவரும். அதேபோல முடிந்த பின் தெரியலாம்.

சுழற்சி மாறுகிறது என்பதை உறுதிசெய்ய சில வாரங்கள் கூட ஆகலாம். அதனால், அந்த காலகட்டங்களில் ஈக்விட்டி திட்டங்களைத் தவிர்த்துவிடும் பரஸ்பர நிதிகள், முதலீட்டாளர்கள் உண்டு. இதற்காக ஒரு வகை நிதியிலிருந்து மற்றொரு வகை நிதிக்கு மாறுவார்கள்.

எங்களுக்கு இதெல்லாம் தெரியாதே! இவற்றை அனுசரித்து செய்யவேண்டியதை சரியாக செய்யாமல் போய் விட்டால் என்ன ஆகும் என்று கேட்பவர்களுக்குச் சொல்லும் பதில், 'நீங்கள் 20, 25 ஆண்டுகளுக்கு முதலீடு செய்பவர்கள் என்றால் இந்தச் சூழற்சியைப் பற்றி கவலைப்படாமல், அந்தக் குறிப்பிட்ட ஃபண்டு உடனே இருந்துவிடலாம்' என்பதுதான்.

SIP சேருபவர்கள்

குறிப்பாக, சிஸ்ட்மேடிக் இன்வெஸ்ட்மெண்ட் பிளான், SIP, சேருகிறவர்கள் இதுபோன்ற சூழற்சிகள் பற்றி கவலைப்படாமல், அவர்களுடைய தொடர் முதலீட்டை நிறுத்தாமல் போட வேண்டும்.

சொல்லப்போனால் விலை குறைகிற காலத்தில்தான், ஈக்விட்டி திட்டங்களில் அவர்கள் தொடர்ந்து செய்கிற முதலீட்டுக்கு கூடுதல் பலன் கிடைக்கும். ஆகவே SIP சேர்கிறவர்கள் பங்குச் சந்தை விலை உயர்வு இறக்கம் போன்றவற்றைப் பற்றிக் கவலைப்படாமல், அதாவது SIP-ஐ நிறுத்திவிடாமல், நிர்ணயித்துக் கொண்ட ஆண்டுகளுக்கு முதலீட்டைத் தொடரவேண்டும்.

லார்ஜ் கேப், மிட் கேப், ஸ்மால் கேப்

ஈக்விட்டி பரஸ்பர நிதிகள் என்றால், லார்ஜ் கேப், மிட் கேப், ஸ்மால் கேப் மூன்றுமே நீண்ட காலத்தில் லாபம் தருபவைதான். ஆனால்,

சுழற்ச்சி மாறி, பங்குச் சந்தை இறக்கம் காணும்போது, லார்ஜ் கேப் பரஸ்பர நிதியின் நிகர சொத்து மதிப்பு NAV குறைவதைக் காட்டிலும், அதிகமாக மிட் கேப் பரஸ்பர நிதிகளின் NAV-ம், அதை விட அதிகமாக ஸ்மால் கேப் பரஸ்பர நிதிகளின் NAV-ம் குறையும். எனவே நிச்சயமான 'அப் டிரெண்ட்' டில்தான் மிட் கேப் மற்றும் ஸ்மால் கேப் ஃபண்டுகளில் போடவேண்டும். மற்ற நேரம் லார்ஜ் கேப் தான் சரி.

பங்குச்சந்தை, பேஃர் ரன்னுக்குப்பின் பிறகு உயர ஆரம்பிக்கிற போது, ஒரு கணிசமான தொகையை 'லம்ப்சம்' முதலீடு செய்யலாம். SIP-ம் ஆரம்பிக்கலாம்.

பங்குச்சந்தை உயர ஆரம்பித்து பல மாதங்கள் அல்லது சில ஆண்டுகள் ஆகிட்டது என்றால், ஆனால், சந்தை நன்றாகவே இருந்தாலும் கூட , அதன்பின் SIP தான் பாதுகாப்பானது.

சொல்யூஷன் ஓரியண்டட் நிதிகள்

சொல்யூஷன் ஓரியண்டட் ஃபண்டுகள் என்று, குழந்தைகளின் எதிர்காலத் தேவைகள் மற்றும் ஒருவரது பணி ஓய்வுக்குப் பின் தேவைப்படும் தொடர் வருமானத்துக்கு என்றால் அதிலும் பத்துப் பதினைந்து ஆண்டுகளுக்கு தொடர் முதலீடு செய்ய முடியும் என்றால், ஈகுட்டியில் அதிக பங்களிப்பு இருக்கும் பரஸ்பர நிதியில் முதலீடு செய்யலாம்.

டெட் ஃபண்டுகள்

தங்கள் பணத்துக்கு ரிஸ்க் எடுக்க விரும்பாதவர்கள், முதலீட்டை அதிக காலம் விட்டுவைக்க முடியாதவர்கள் டெட் ஃபண்டுகளில் முதலீடு செய்வதுதான் சரி.

மிகக் குறுகிய காலம் மற்றும் குறுகிய காலத்துக்கான முதலீடுகள் என்றால் எவருக்குமே டெட் ஃபண்டுகள்தான் பொருத்தமானவை.

ஓரளவுக்கு அதாவது 3 முதல் 6 மாத வருமானத்துக்கு இணையான பணத்தை ஃபிக்ஸட் டெப்பாசிட்டில் போட்டு வைத்துக் கொண்டபின், மேலும் மேலும் பாதுகாப்பு என்று பிக்சட் டெப்பாசிட்டில் மட்டுமே முதலீடு செய்யவேண்டியதில்லை. அந்தப் பணத்தை டெட் ஃபண்டுகளில் முதலீடு செய்யலாம்.

பெரும்பாலான கார்ப்பரேட் நிறுவனங்கள், அவர்களுடைய பணத்தை முதலீடு செய்வது டெட் ஃபண்டுகளிதான். ஈக்விட்டி

ஃபண்டில் போடமாட்டார்கள். காரணம், அவர்கள் நிறுவனத்தின் பணத்திற்கு ரிஸ்க் எடுக்க முடியாது. மேலும், வியாபார நிமித்தம் அந்தப் பணம் எப்போது வேண்டுமானாலும் தேவைப்படலாம். அதனால், போட்ட பணத்துக்கு சேதாரம் ஏற்படாமல் திரும்ப எடுக்கக்கூடிய ஃபண்டுகள் என்றால் அவை, டெட் ஃபண்டுகள்தான்.

ஈகுட்டி ஃபண்ட்டுகளின் நிகர சொத்து மதிப்பு, சந்தை நிலவரத்தை ஒட்டி, உயர்ந்தோ, தாழ்ந்தோ இருக்கும். எல்லா நேரமும் அந்த ஃபண்டுகளில் போட்ட பணம் அப்படியே திரும்ப எடுக்க முடியும் நிலையில் இருக்காது. பரஸ்பர நிதி நல்ல வலுவான பங்குகளில் முதலீடு செய்திருந்தபோதிலும், சந்தையின் ஒட்டுமொத்த நிலைமை சரியில்லை என்றால், வாங்கிய விலை வர, நாட்கள், மாதங்கள், ஏன் சமயத்தில் சில ஆண்டுகள்கூட ஆகலாம்.

மேலே இருக்கும் சார்ட் டைப் பார்த்தால் தெரியும். 2003 முதல் 2008 வரை புல் ரன். சந்தை தொடர்ந்து உயர்ந்தது. அதன் பின் 2008 அக்டோபரில் இருந்து வீழ்ச்சி. மீண்டும் உயர்வு. சிறிது காலம் இறக்கம். மீண்டும் 2013 முதல் உயர்ந்து, இப்போதும் அதே வேகத்தில் போய்க்கொண்டிருக்கிறது. எதுவரை, எவ்வளவு காலம் இப்படியே உயரும் என்று சொல்ல இயலாது. அதனால் காத்திருக்க வேண்டி வரும் அப்படி இருக்க முடியாதவர்கள் முதலீடு செய்ய வேண்டியதுதான்.

பணி செய்து ஓய்வு பெற்றிருப்பவர்கள், ஓய்வு பெற இருப்பவர்கள் தேர்வு செய்ய வேண்டியதும் டெட் ஃபண்டுகளைத்தான். பணி ஓய்வு காரணமாக கிடைக்கிற பிராவிடண்ட் ஃபண்ட், கிராஜிவிட்டி, லீவ் என்கேஷ்மெண்ட் போன்றவற்றில் இருந்து கிடைக்கும் தொகைகளை, இந்த வகை ஃபண்டுகளில் போடலாம்.

வரி விலக்குகள் வைத்து

வரிகளைப் பொறுத்து மட்டும் பார்ப்பதென்றால், ஈக்விட்டி ஃபண்டுகள் வைத்திருப்போர், அவர்களது பரஸ்பர நிதிகள் தரும் டிவிடெண்ட் வருமானம், கேப்பிடல் கெயின்ஸ் வருமானம் ஆகியற்றுக்குக் குறைந்த வரி கட்டினால் போதும். அந்த வகையில் ஃபண்டுகளைக் காட்டிலும் ஈக்விட்டி ஃபண்டுகள் முதலீடு செய்யத் தகுந்தவை.

இன்கம் ஃபண்டா... குரோத் வகை ஃபண்டா?

முதலீட்டை நீண்டகாலம் விட்டு வைக்க முடியாது என்ற நிலையில் இருப்பவர்கள், சந்தைகளை நம்ப இயலாது என்று நினைப்பவர்கள் ஈக்விட்டி ஃபண்டுகளில் முதலீடு செய்தால், அவற்றை 'இன்கம்' வகை ஃபண்டுகளாக போடுவது உதவும். காரணம், போட்ட பணத்துக்குக் கிடைக்கும் வருமானத்தை அவ்வப்போது அந்த ஃபண்ட்டில் இருந்து எடுத்துவிடுவதன் மூலம் வருமானம் கிடைப்பது போக, ரிஸ்குக்கு உள்ளாக்கப்படும் பணத்தின் அளவும் குறையும்.

கிடைக்கும் வருமானத்தை வேறுவிதமான அதாவது டெட் ஃபண்டு களில் வருமானம் வர வர, SIP முறையில் முதலீடு செய்து வரலாம். முதலீட்டை நீண்டகாலம் விட்டு வைக்க முடியும் என்றால், வருமானத்துக்கான தேவை இல்லை என்றால், குரோத் ஃபண்டுகளில் போடலாம்.

பணி ஓய்வின்போது வந்த செட்டில்மெண்ட் தொகைகள் அல்லது சொத்துக்கள் விற்ற பணம் போன்ற ஏதாவது கணிசமான தொகைகள் இருந்தால், அதிலிருந்து தொடர்ந்து ஓய்வூதியம் போல வருமானம் பெற வேண்டும் என்று எதிர்பார்த்தால், அந்த பணத்தை 'மன்த்லி இன்கம் பிளான்' திட்டத்தில் முதலீடு செய்யலாம். வருமானம் தேவையில்லை என்றால் 'பிக்செட் மெச்சூரிட்டி பிளான்'ல் போடலாம்.

இன்டெக்ஸ் ஃபண்ட்கள்

இன்டெக்ஸ் ஃபண்ட்களும் மிக நீண்டகாலத்துக்கு வேண்டுமானால் சரி வரலாம். அதிலும் ஒருவருக்குத் தேவைப்படும் நேரம் பரஸ்பர நிதியை விற்று பணம் பார்க்க இயலாது. அந்தநேரம் இன்டெக்ஸ் குறைவாக இருந்தால் அவர் போட்ட பணத்துக்கு நஷ்டம்தான் ஏற்படும். குறுகிய காலத்தில் நிச்சயமாக பொருளாதார மற்றும் துறை சார்ந்த வளர்ச்சிகள் இருக்கும் என்று தெரிந்தால், இன்டெக்ஸ் ஃபண்டுகள் வாங்கி, விற்று லாபம் பார்க்கலாம்.

ETF

பங்குச்சந்தை தொடர்பான ETFகளின் கடந்த கால செயல்பாடுகளை பார்த்தால், மற்ற திட்டங்களை விட அதிக வருமானம் கொடுத்ததாக தெரியவில்லை.

செக்ட்டார் மற்றும் தீமேடிக் ஃபண்டுகள்

அதிக விவரம் தெரியும் பட்சம், செக்ட்டார் மற்றும் தீமேட்டிக் திட்டங்களில் பணம் போடலாம். அதிக லாபம் எதிர்பார்த்து சமயங்களில் இந்த வகை ஃபண்டுகளில் நஷ்டம் செய்தவர்களும் உண்டு. லாபம் செய்தவர்களும் உண்டு.

எக்ஸ்பென்ஸ் ரேஷியோ

டெட் ஃபண்டுகளில் எக்ஸ்பென்ஸ் ரேஷியோ குறைவு. ஈக்விட்டி ஃபண்டுகளில் எந்த ஃபண்டில் குறைவு என்று தேடிப்பார்க்க வேண்டும். டைரக்ட் முறையில் வாங்கினால் எக்ஸ்பென்ஸ் ரேஷியோ குறைவாக இருக்கும். ஆனால் அதைமட்டுமே வைத்து ஒரு திட்டத்தை முதலீட்டுக்குத் தேர்வு செய்யக் கூடாது. என்ன 'ரிட்டர்ன்ஸ்' கொடுத்திருக்கிறது என்று அவசியம் பார்க்க வேண்டும். எக்ஸ்பென்ஸ் ரேஷியோ குறைவாக இருப்பதன் பலன் நீண்ட காலத்தில் தெரியும். கணிசமான கூடுதல் தொகை உருவாகும்.

ஃபண்டு மேனேஜர்கள்

ஃபண்டு மேனேஜர்கள் எப்படிப்பட்டவர்கள் என்பதை முதலீடு செய்கிறபோது சிலர் ஆராய்ந்து பார்ப்பார்கள். அதைவிட ஃபண்டை நடத்துகிற நிறுவனங்கள் எப்படிப்பட்டவை என்பதைதான் தேர்வு செய்ய வேண்டும் என்று நினைப்பவர்களும் உண்டு. இந்த இரண்டையும் காட்டிலும் குறிப்பிட்ட நிதியின் கடந்தகால செயல் பாடு, அது கொடுத்த வருமானம் எவ்வளவு என்பது பார்த்து முதலீடு செய்வதே சரி என்று சொல்வோரும் உண்டு. மூன்றாவதாக சொன்ன காரணம் எனக்கு சரி எனப்படுகிறது. தொடர்ந்து நன்றாக வருமானம் தரும் நிதித்திட்டங்கள் பலன் தரும்.

சில பொதுவான ஆலோசனைகள்

ஏதோ ஒரு பரஸ்பர நிதி அல்ல. ஒருவருடைய நிலை, பணத் தேவையை வைத்து அவருக்கு பொருத்தமான பரஸ்பர நிதிகளை தேர்வு செய்யவேண்டும்.

பரஸ்பர நிதிகளை பங்குகளை வாங்குவதுபோல எல்லாவற்றிலும் கொஞ்சம் கொஞ்சம் என்று வாங்கி பல்வேறு திட்டங்களில் முதலீடு செய்வது சரியான அணுகுமுறை அல்ல.

அதிக எண்ணிக்கையிலான பரஸ்பர நிதிகள் வைத்திருப்பதால், கணக்கு வைத்துக் கொள்வது, கண்காணிப்பது, அவற்றுக்கான 'நோ யுவர் கஸ்டமர்' (KYC) வேலைகள் செய்வது போன்ற சிரமங்கள் உண்டாகும்; கிடைக்கிற வருமானம், ஏதாவது இருக்கும் நிதிகளில் சிலவற்றின் NAV இறக்கத்தால், மொத்த வருமானம்/ லாபம் குறைந்துவிடும்.

சிறு லாபங்களுக்காக பங்குகளில் வர்த்தகம் செய்வது போல பரஸ்பர நிதிகளை அடிக்கடி வாங்கி, விற்று, வாங்கி என்றே செய்து கொண்டிருப்பதால் பலனில்லை. தவிர, எக்ஸிட் லோடு என்கிற பிரச்னை வரும்.

பரஸ்பர நிதியே ஆனாலும், என்ன நடக்கிறது என்று படித்து, கேட்டு, தெரிந்து கொள்வது அவசியம். கணக்கு வைத்துக் கொள்வது செயல் பாடுகளை ஆராய்ந்து, புரிந்து கொள்வது ஆகியவற்றை அவசியம் செய்ய வேண்டும்.

வாழ்த்துகள்!

பின் இணைப்பு - 1

பரஸ்பர நிதி தொடர்பான சில பெயர்கள், சொற்களின் விளக்கங்கள்.

AMCs- அசெட் மேனேஜ்மெண்ட் கம்பெனிகள். பரஸ்பர நிதி நடத்தும் நிறுவனத்துக்குப் பெயர், அசெட் மேனேஜ்மென்ட் கம்பெனி. ஒரு கம்பெனியே பல திட்டங்கள் நடத்தும். தற்போது இந்தியாவில் சுமார் *44* அசெட் மேனேஜ்மெண்ட் கம்பெனிகள் இருக்கின்றன.

SEBI - Securities Exchange Board of India- **செபி -செக்யூரிட்டீஸ்.** எக்ஸ்சேஞ்ச் போர்ட் ஆப் இந்தியா. இந்திய அரசின் பங்குகள் மற்றும் பரஸ்ப்ரநிதிகள் தொடர்பான கண்காணிப்பு ஆணையம். மத்திய அரசின் ஆணையம்.

AMFI - அசோசியேஷன் ஆப் மியூட்சுவல் ஃபண்ட்ஸ் ஆப் இந்தியா. இந்தியாவில் மியூச்சுவல் ஃபண்டுகளின் கூட்டமைப்பு. இந்திய மியூச்சுவல் ஃபண்ட் தொழிற்துறையை தொழில்முறை, ஆரோக்கிய மான மற்றும் நெறிமுறைகளில் மேம்படுத்துவதற்கும், பரஸ்பர நிதிகள் மற்றும் அவற்றின் அலகு ஆகியவற்றைப் பாதுகாப்பதற்கும் ஊக்குவிப்பதற்கும் அனைத்து பகுதிகளிலும் தரம் மேம்படுத்து வதற்கும் பராமரிப்பதற்கும் பணியாற்றும் அமைப்பு என்று அதன் வலைதளக் குறிப்பு தெரிவிக்கிறது.

Mutual Fund - பரஸ்பர நிதி. தனிநபராக முதலீடு செய்யாமல், பலர் பணத்தை ஒன்று சேர்த்து முதலீடு செய்யும் ஒரு நிறுவனம் மூலம் முதலீடு செய்வது மியூச்சுவல் ஃபண்ட்.

Fund house - ஃபண்ட் ஹவுஸ். பரஸ்பர நிதிகள் நடத்தும் நிறுவனம், ஃபண்ட் ஹவுஸ்.

Fund Manager - ஃபண்டு மேனேஜர். பரஸ்பர நிதியின் எந்தத் திட்டமானாலும் அதற்கென்று ஒரு ஃபண்ட் மேனேஜர் இருப்பார். இவர்தான், எதை வாங்குவது எதை விற்பது, எப்போது என்பது

போன்ற நிதியின் முதலீடு தொடர்பான முடிவுகள் எடுப்பவர். குதிரையின் ஜாக்கி போல. இவர் திறமை, நிதானம், கணிப்பு போன்றவற்றினாலும் பரஸ்பர நிதியின் செயல்பாடுகள், வருமானம் ஆகியவை தாக்கம் பெறும்.

AUM- அசெட்ஸ் அண்டர் மேனேஜ்மெண்ட். ஒரு பரஸ்பர நிதி நிறுவனம் முதலீட்டாளர்களிடம் இருந்து பெற்று திட்டங்கள் நடத்தும் மொத்த பணத்தின் அளவு.

Assets - அசெட்ஸ். பரஸ்பர நிதிகள் செய்யும் பங்குகள், கடன் பத்திரங்கள், தங்கம், போன்ற வேறு எதுவும்.

NFO - நியு ஃபண்ட் ஆபர்- என்.எப்.ஓ. பங்குச் சந்தையில் பங்குகள் வெளியிடப்படும். அதற்குப் பெயர் இனிஷியல் பப்ளிக் ஆஃபர் IPO. அதே போல ஒரு ஒரு நிறுவனம் முதன் முதலாக பரஸ்பர நிதி வெளியிடுகிற போது அதன் பெயர் நியு ஃபண்ட் ஆஃபர் - NFO.

Equity - ஈக்விட்டி. நிறுவனத்தின் முதலீட்டை சம மதிப்புள்ள சிறு பகுதிகளாக பிரித்தால் வருவது, பங்குகள். இவற்றை ஈக்விட்டி ஷேர்கள் என்றும் அழைப்பார்கள். ஈக்விட்டி என்றால், பங்குகள்.

Debt - டெட். போடுகிற முதலீடு பத்திரமாக இருக்கும். தவிர முன்கூட்டியே சொல்லப்படுகிற அளவில் வட்டி வருமானம் தரப்படும். இப்படிப்பட்ட முதலீட்டு வாய்ப்புகளை - Instruments- கடன் பத்திரங்கள் என்பார்கள். டெட் என்றால் கடன்.

Shares - பங்குகள். மும்பை மற்றும் தேசிய பங்குச் சந்தைகளில் பட்டியல் இடப்பட்டிருக்கும் ஷேர்கள். பரஸ்பர நிதிகள் முதலீடு செய்யும் ஈக்விட்டி என்பது இவற்றில்தான். இவற்றின் விலைகள் தினசரி கூட மாறும். மிக அதிகமாக உயரவும் மிக அதிகமாக குறையவும் வாய்ப்பு இருப்பவை.

Stocks - பங்குகள். பங்குகளைக் குறிக்கும் மற்றொரு பெயர். பரஸ்பர நிதிகளைப் பொறுத்தவரை வேறு வேறுபாடு இல்லை.

Debt Instruments -கடன் பத்திரங்கள். வங்கி டெப்பாசிட்டுகள், கார்ப்பரேட் பாண்ட்கள், கமர்ஷியல் பேப்பர்கள், கவர்மெண்ட் செக்யூரிட்டீஸ் போன்ற 'மணி மார்க்கெட் இன்ஸ்டிருமெண்ட்ஸ்'கள். இவற்றில் செக்யூர்டு மற்றும் அன்செக்யூர்டு உண்டு. செக்யூர்டு என்றால், கடனுக்கு சொத்துகளின் அடமானம் உண்டு. அப்படிப் பட்டவை கூடுதல் பாதுகாப்பு உள்ளவை. கடன் பத்திரங்களில் கொடுக்கப்படும் முதலீட்டுப்பணம் அப்படியே திரும்பக் கிடைக்கும்.

அந்தத் தொகையில் மாறுதல் இருக்காது. பங்குகள் போல் விலை மதிப்பு கூடியோ குறைந்தோ போகாது.

Index - **இன்டெக்ஸ்.** பங்குச் சந்தையில் பட்டியல் இடப்பட்டிருக்கும் குறிப்பிட்ட எண்ணிக்கையிலான பங்குகளைத் தேர்வு செய்து அவற்றின் விலை மாற்றங்களைப் பிரதிபலிக்கும், குறியீட்டு எண்கள். தேசியப் பங்குச் சந்தையின் குறியீட்டு எண், நிஃப்டி. மும்பை பங்குச்சந்தையின் குறியீட்டு எண், சென்செக்ஸ். இவை போக பேங்க் இண்டெக்ஸ், நிஃப்டி ஜூனியர் போன்ற பல்வேறு இன்டெக்ஸ்களும் உண்டு.

Portfolio- **போர்ட்ஃபோலியோ.** ஒரு நிதி, முதலீடு செய்திருக்கும் பங்குகள், பத்திரங்கள் ஆகியவற்றின் பட்டியல். எதிலெல்லாம் முதலீடுகள் போடப்பட்டிருக்கின்றன என்பதைத் தெரிவிப்பது.

NAV- **நெட் அசெட் வேல்யு.** பரஸ்பர நிதி முதலீடு செய்திருக்கும் பங்குகள், பத்திரங்கள் மற்றும் அதன் வசம் இருக்கும் எல்லாம் சேர்த்து, நிதியின் ஒவ்வொரு பத்து ரூபாய் முகமதிப்புள்ள யூனிட்டுக்கும் இருக்கும் சந்தை மதிப்பு.

Returns - **ரிட்டர்ன்ஸ்.** போட்ட முதலீட்டுக்குக் கிடைக்கும் வருமானம். பிக்செட் டெப்பாசிட் போட்டால் அதற்கு 7 சதவிகித வட்டி என்றால், 100 ரூபாய்க்கு 7 ரூபாய் ரிட்டர்ன்ஸ்.

Yield- **யீல்ட்.** போட்ட முதலீடுக்குக் கிடைக்கும் வருமானம் சதவிகிதத்தில். வாங்கிய பாண்டுக்கு 7 சதவிகித வட்டி என்பது வருமானம். அந்த 100 ரூபாய் முகமதிப்புள்ள ஃபாண்டை சந்தையில் 90 ரூபாய்க்கு வாங்கியிருந்தாலும் அதே அளவு வருமானம் கிடைக்கும். அந்த வருமானம் 100 ரூபாய் ஃபாண்டுக்கு என்றாலும் முதலீடு செய்தவர் போட்ட பணம் 90 ரூபாய்தான். அதனால் அது வருக்கு 90 ரூபாய்க்கே 7 ரூபாய். அதையே 100 ரூபாய்க்கு எவ்வளவு எனக் கணகிட்டுச் சொன்னால், அது யீல்ட். முதலீட்டாளருக்கு கிடைப்பது 7.77 % யீல்ட்.

ELSS- **இ.எல்.எஸ்.எஸ்.** ஈக்விட்டி லின்க்ட் சேவிங் ஸ்கீம் என்பதன் சுருக்கமே, ELSS. இதை ஒரே தவணையாகவும் வாங்கலாம், அல்லது எஸ்.ஐ.பி முறையிலும் மாதாமாதம் பணம் போட்டும் வாங்கலாம். இதில் போடும் பணத்துக்கு 3 ஆண்டுகள் 'லாக் இன்' பீரியட் உண்டு. அப்போது விற்று வெளியேற முடியாது. இதில் போடப்படும் பணத்துக்கு செக்ஷன் 80 சி யின் கீழ் வருமான வரி விலக்கு உண்டு. இதிலிருந்து கிடைக்கும் வருமானத்துக்கும், முதிர்வுத் தொகைக்கும் கூட வருமான வரி விலக்கு உண்டு.

MIP - **மன்த்லி இன்கம் பிளான்.** மாத வருமான திட்டம் என்பதன் ஆங்கில பிரயோகம் தான் மன்த்லி இன்கம் பிளான். பரஸ்பர நிதி வகைகளுள் இது ஒரு வகை. இந்தவகை பரஸ்பர நிதிகள் அவற்றின் பணத்தை, 20:80 என்ற விகிதத்தில் பங்குகளிலும் கடன்பத்திரங் களிலும் முதலீடு செய்யும். அந்த விதத்தில் இது கடன் பத்திரம் சார்ந்த பரஸ்பர நிதி. இதன் நோக்கம் முதலீட்டாளருக்கு மாதாந்திர அடிப்படையில் வருமானம் கொடுப்பது. பணியில் இருந்து ஓய்வு பெற்றவர்களுக்கு உகந்தது.

FMP - **பிக்செட் மெச்சூரிட்டி பிளான்.** நிதியின் முதிர்வு காலத்தை முன்கூட்டியே முடிவுசெய்துகொள்ளும் 'குளோசுடு எண்டட்' பரஸ்பர நிதி திட்டம். கடன் பத்திரங்களில் முதலீடு செய்யும் டெட் ஃபண்டு வகையைச் சேர்ந்தது. ஈக்விட்டி முதலீடு இல்லை. புதிய வெளியீடான NFO வின் போதுதான் மட்டுமே முதலீடு செய்ய முடியும்.

ETF - Exchange Traded Funds- **எக்ஸ்சேஞ்ச் டிரேடட் பண்டுகள்.** தங்கம் போன்ற ஒரு குறிப்பிட்ட 'அசெட்' டையோ அல்லது தங்கம், பங்குகள், ஃபாண்டுகள் என்று பல்வேறு 'அசெட்'களையோ வாங்கி லாபம் பார்க்கும் நிதி. இது பங்குச் சந்தையில் வர்த்தகமாகிற நிதி. அதனால் இதன் பெயர் 'எக்ஸ்சேஞ்ச் டிரேடட் ஃபண்ட்'. முதலீடு செய்யும் அசெட்களின் விலை உயர்வு தாழ்வுகளைப் பொறுத்து இந்த ஃபண்டின் லாப நஷ்டம் அமையும். தரகர்கள் மூலம் புரோக்கரேஜ் கொடுத்து வாங்க விற்க வேண்டும். இது கொஞ்சம் கூடுதல் செலவு.

Expense Ratio - TER **எக்ஸ்பென்ஸ் ரேஷியோ.** பரஸ்பர நிதி, நிதியை நடத்த ஆகிற செலவுகளை, அது நிர்வகிக்கும் மொத்தத் தொகையின் விழுக்காடாகத் (%) தெரிவிப்பது.

Lock In Period - **'லாக் இன் பீரியட்'.** வரிச் சலுகை கொடுக்கப் பெற்றதால், பரஸ்பர நிதிகளை குறிப்பிட்ட ஆண்டுகளுக்கு விற்க முடியாது. அந்தக் காலகட்டத்தின் பெயர்.

ELSS - Equity Linked Saving Schemes- **இ.எல்.எஸ்.எஸ்.- ஈக்விட்டி லிங்க்ட் சேவிங் ஸ்கீம்ஸ்.** பங்குகளில் முதலீடு செய்யும், டேக்ஸ் சேவர் ஃபண்ட். மூன்று ஆண்டுகளுக்கு 'லாக் இன்' போடுகிற பணம் கிடைக்கிற வருமானத்துக்கும் வருமான வரி இல்லை. லம்ப்சமாகவோ SIP முறையிலோ முதலீடு செய்யலாம்.

Dividend- **டிவிடெண்ட்.** பங்குகள் வைத்திருப்போருக்குக் கொடுக்கப்படும் வருமானம். இவ்வளவுதான் என்று வரையறுக்க முடியாதவை. கூடலாம், குறையலாம். இல்லாமலும் போகலாம்.

Interest- இண்ட்ரெஸ்ட். கடன் பத்திரங்கள் வைத்திருப்போருக்குக் கொடுக்கப்படும் வட்டி. முன்கூட்டியே முடிவு செய்துகொள்ளப் படுவது. கட்டாயம் கொடுக்கப்படவேண்டியது.

Dividend Option - டிவிடெண்ட் ஆப்ஷன். பரஸ்பர நிதி சம்பாதிக்கிற லாபத்தை அவ்வப்போது முதலீட்டாளர்களுக்குப் பிரித்துக் கொடுப்பது. கொடுக்கும் பணத்தின் பெயர், டிவிடெண்ட். தமிழில் பங்காதாயம். இப்படி செய்ய விருப்பம் தெரிவிப்பதன் பெயர் 'டிவிடெண்ட் ஆப்ஷன்'.

Growth option - குரோத் ஆப்ஷன். பரஸ்பர நிதி சம்பாதிக்கிற லாபத்தை அவ்வப்போது முதலீட்டாளர்களுக்குப் பிரித்துக்கொடுக்காமல், லாப பணத்தையும் மறு முதலீடு செய்வது. செய்து முதலீட்டுப் பெருக்கம் காண முயல்வது. இப்படிச் செய்ய விருப்பம் தெரிவிப்பதன் பெயர் 'குரோத் ஆப்ஷன்'.

Income Option - இன்கம் ஆப்ஷன். பரஸ்பர நிதி சம்பாதிக்கிற லாபத்தை அவ்வப்போது முதலீட்டாளர்களுக்குப் பிரித்துக்கொடுக்காமல், லாப பணத்தையும் மறு முதலீடு செய்வது. செய்து முதலீட்டுப் பெருக்கம் காண முயல்வது. இப்படிச் செய்ய விருப்பம் தெரிவிப்பதன் பெயர் 'இன்கம் ஆப்ஷன்'.

Tax - வரி. பரஸ்பர நிதிகளில் இருந்து முதலீட்டாளருக்கு கிடைக்கும் லாபத்துக்கு அவர் வருமான வரி வரிகட்டவேண்டும்.

ஈக்விட்டி ஃபண்டுகளைப் பொறுத்தவரை, 12 மாதங்களுக்குள் விற்று கிடைக்கும் லாபம், ஷார்ட் டர்ம் கேப்பிடல் கெயின். அதற்கு 15% வரி. 12 மாதங்களுக்கு மேல் வைத்திருந்து விற்று லாபம் கிடைத்தால் லட்ச ரூபாய் வரை ஆண்டுக்கு வரியில்லை. அதற்கு மேலிருக்கும் தொகைக்கு நபர் ஒருவருக்கு லாபத்தில் 10%. வருமான வரி.

டெட் ஃபண்டுகளில் 12 மாதங்களுக்குள் விற்றால் கிடைக்கும் லாபத்துக்கு 30% வரி. 36 மாதங்களுக்கு மேல் வைத்திருந்து விற்றால், கிடைக்கும் தொகைக்கு இண்டெக்சேஷன் செய்து மீத தொகைக்கு 20% வரி.

பங்குச்சந்தைகளில் பட்டியலிடப்படாத ஃபண்டுகளில்- 'நான் லிஸ்டெட் ஃபண்ட்' களில் கிடைக்கும் லாபத்துக்கு லாங் டர்ம் கேப்பிடல் கெயின்ஸ் வரி 10%.

பின் இணைப்பு - 2

இந்தியாவில் பரஸ்பர நிதி கடந்து வந்த பாதை

1993

- செக்யூரிட்டி எக்சேஞ்ச் போர்ட் ஆஃப் இந்தியா, செபி பரஸ்பர நிதிக்கான வழி முறைகளை உருவாக்குகிறது.
- அதே ஆண்டில் முதல் தனியார் பரஸ்பர நிதியம் கோத்தாரி பயோனியர் பரஸ்பர நிதி ஜூலை மாதம் பதிவு செய்யப்படுகிறது.
- முதல் ஓப்பன் எண்டட் திட்டம் கோத்தாரி நிறுவனத்தால் வெளியிடப்படுகிறது.

1994

- மார்கன் ஸ்டான்லி நிறுவனம் அதன் பரஸ்பர நிதியை வெளியிடுகிறது.
- குறிப்பிட்ட அளவு தொகையை மட்டுமே வெளியிடுகிற காரணத்தினால் முதலில் கேட்போருக்கு கொடுத்து முடிக்கப் பட்டு விடும் first come first serve என்று அறிவித்தது. எவரும் எதிர்பாராத விதம் மிகப்பெரிய அளவில் முதலீட்டாளர்கள் இந்த நியூ ஃபண்ட் ஆஃபர் ருக்கு பணம் கட்டி விண்ணப்பித் தார்கள். இந்த NFOவை நிர்வாகம் செய்ய, லீடு மேனேஜர் நியமனம் செய்யப்பட்டார்கள்.

1995

- ரிலையன்ஸ் நிறுவனம் (அப்போதைக்கு அது ஒரே நிறுவனம் தான்) ரிலையன்ஸ் குரோத் மற்றும் ரிலையன்ஸ் விஷன் ஆகிய பரஸ்பர நிதித் திட்டங்களை வெளியிட்டார்கள். அப்போது பரஸ்பர நிதியை வாங்கும் போதும் விற்கும் போதும் அதற்கு எண்ட்ரி மற்றும் எக்ஸிட் லோடு எனப்படும் கட்டணம் கிடையாது என்று அறிவித்தார்கள்.
- 'அசோசியேஷன் ஆப் மியூச்சுவல் ஃபண்ட்ஸ் ஆப் இந்தியா' AMFI, நிர்மானம் செய்யப்பட்டது.

1996

- ஏற்கனவே நடப்பில் இருந்த செபியின் பரஸ்பர நிதி வரைமுறைகள் நீக்கப்பட்டு அவருக்கு பதிலாக மிக விரிவான வரைமுறைகள் 'செபி மியூச்சுவல் ஃபண்ட்ஸ் ரெகுலேஷன்ஸ் *1996*' என்கிற பெயரில் வெளிவந்தது.

1997 • HB அசெட் மேனேஜ்மென்ட் என்கிற பரஸ்பர நிதி, கேப்பிடல் அசெட் மேனேஜ்மென்ட் நிதியுடன் இணைந்து ஒரே நிதியானது.

1999 • மத்திய பட்ஜெட்டில் 1999 ஆம் ஆண்டு டிவிடெண்ட் வரி விலக்கிக்கொள்ளப்பட்டது.

2001 • முதல் எக்ஸ்சேஞ்ச் டிரேடட் ஃபண்ட் ETF ஒன்று, பெஞ்ச்மார்க் மியூச்சுவல் ஃபண்ட் ஆல் வெளியிடப்பட்டது.

2002 • பரஸ்பர நிதிகளை விநியோகம் செய்யும் டிஸ்ட்ரிபியூட்டர்ஸ் கண்டிப்பாக 'அசோசியேஷன் ஆஃப் மியூச்சுவல் ஃபண்ட்ஸ் இந்தியா' AMFI-ல் பதிவு செய்து கொள்ள வேண்டும் என்று அறிவுறுத்தப்பட்டார்கள்.

2003 • யூனிட் டிரஸ்ட் ஆப் இந்தியா சட்டம் 1963, மாற்றப்பட்டு, அதன் விளைவாக யூ.டி.ஐ. என்ற அமைப்பு இரண்டு பகுதிகளாகப் பிரிக்கப்பட்டது.

2006 • அதுவரை வழக்கத்தில் இருந்த பரஸ்பர நிதி வெளியீட்டுக்கு ஆகிற ஆரம்ப செலவுகளை முதலீட்டாளர்களிடம் வசூல் செய்யும், 'ஓப்பன் எண்டட்' பரஸ்பர நிதிகளின் வழக்கத்தை செபி நிறுத்த உத்தரவிட்டது.

2007 • முதல் கோல்டு ETF வெளியிடப்பட்டது.

2008 • பரஸ்பர நிதி வெளியிட்டு ஆரம்ப செலவுகளை இனி 'குளோசுடு எண்டட்' பரஸ்பர நிதிகள் முதலீட்டாளரிடமும் வாங்கக்கூடாது என்று செபி அறிவித்தது.

• ரூபாய் 50 ஆயிரத்துக்கும் மேல் பரஸ்பர நிதிகளில் முதலீடு செய்பவர்களுடைய 'நோ யுவர் கஸ்டமர்' - KYC- விவரங்கள் பெறவேண்டியது கட்டாயமாக்கப்பட்டது.

2009 • புதிய முதலீட்டாளர்கள் புதிய பரஸ்பர நிதிகளில் முதலீடு செய்கிற பொழுது அவர்கள் கட்ட வேண்டிய 'எண்ட்ரி லோட்' இனி கிடையாது என்று செபி அறிவித்தது.

• 'நோ யுவர் கஸ்டமர்' KYC போல 'நோ யுவர் டிஸ்ட்ரிபியூட்டர்' KYD விவர சேகரிப்பை செபி வழக்கத்துக்குக் கொண்டு வந்தது.

2012 • பரஸ்பர நிதிகள் பெரும்பாலும் பெரு நகரங்களில் மட்டும் புழக்கத்தில் இருப்பதை விரிவுபடுத்த செபி தீர்மானித்தது. முதல் 15 நகரங்களுக்கு வெளியே இருக்கும் நிறுவனங்களுக்கு பரஸ்பர நிதி எடுத்துச் சென்றால் அதற்கான செலவுகளை பரஸ்பர நிதிகள் அவற்றின் செலவு கணக்கில் எழுத செபி அனுமதித்தது.

பின் இணைப்பு - 3

இந்திய அசெட் மேனேஜ்மெண்ட் கம்பெனிகளின் பட்டியல் – 2019 நிலவரப்படி

1. Axis Asset Management Company Ltd.
2. Baroda Pioneer Asset Management Company Ltd
3. Birla Sun Life Asset Management Company Ltd
4. BNP Paribas Asset Management India Pvt Ltd
5. BOI AXA Investment Managers Pvt Ltd
6. Canara Robeco Asset Management Company Ltd
7. Daiwa Asset Management (India) Pvt Ltd
8. Deutsche Asset Management (India) Pvt. Ltd.
9. DSP BlackRock Investment Managers Pvt. Ltd.
10. Edelweiss Asset Management Ltd
11. Escorts Asset Management Ltd
12. FIL Fund Management Private Ltd
13. Franklin Templeton Asset Management (India) Pvt Ltd.
14. Goldman Sachs Asset Management (India) Pvt Ltd.
15. HDFC Asset Management Company Ltd
16. HSBC Asset Management (India) Pvt. Ltd.
17. ICICI Prudential Asset Management Company Ltd
18. IDBI Asset Management Ltd.
19. IDFC Asset Management Company Ltd
20. India Infoline Asset Management Co. Ltd.
21. Indiabulls Asset Management Company Ltd.
22. ING Investment Management (India) Pvt. Ltd.
23. JM Financial Asset Management Pvt Limited
24. JPMorgan Asset Management India Pvt. Ltd.

25. Kotak Mahindra Asset Management Company Ltd.
26. L&T Investment Management Ltd.
27. LIC NOMURA Mutual Fund Asset Management Company Ltd.
28. Mirae Asset Global Investments (India) Pvt. Ltd.
29. Morgan Stanley Investment Management Pvt.Ltd.
30. Motilal Oswal Asset Management Company Ltd.
31. Peerless Funds Management Co. Ltd.
32. Pine Bridge Investments Asset Management Company (India) Pvt. Ltd.
33. Pramerica Asset Managers Private Ltd
34. Principal PNB Asset Management Co. Pvt. Ltd.
35. Quantum Asset Management Company Private Ltd.
36. Reliance Capital Asset Management Ltd.
37. Religare Asset Management Company Private Ltd.
38. Sahara Asset Management Company Private Ltd
39. SBI Funds Management Private Ltd.
40. Sundaram Asset Management Company Ltd
41. Tata Asset Management Ltd
42. Taurus Asset Management Company Ltd
43. Union KBC Asset Management Company Pvt Ltd
44. UTI Asset Management Company Ltd

முன்னணியில் இருக்கும் டாப் ஃபண்டுகள் - அக்டோபர் 2019 நிலவரப்படி

	Top AMCs	AUM (கோடி ரூபாய்களில்)
1.	ICICI Prudential Mutual Fund	3,06,173.5
2.	HDFC Mutual Fund	3,00,793.73
3.	Aditya Birla Sun Life Mutual Fund	2,47,794.54
4.	Reliance Mutual Fund	2,45,581.35
5.	SBI Mutual Fund	2,18,033.97
6.	UTI Mutual Fund	1,54,939.35
7.	Kotak Mahindra Mutual Fund	1,24,888.06
8.	Franklin Templeton Mutual Fund	1,04,140.48
9.	DSP Blackrock Mutual Fund	86,325.70
10.	Axis Mutual Fund	77,377.48
11.	IDFC Mutual Fund	70,173.11

12.	L&T Mutual Fund	65,931.65
13.	Tata Mutual Fund	46,977.18
14.	Sundaram Mutual Fund	34,306.3
15.	Invesco Mutual Fund	26,217.41
16.	DHFL Pramerica Mutual Fund	23,595.35
17.	LIC Mutual Fund	20,117.71
18.	Motilal Oswal Mutual Fund	17,735.47
19.	JM Financial Mutual Fund	16,364.64
20.	Mirae Asset Mutual Fund	15,756.15
21.	Baroda Pioneer Mutual Fund	13,022.04
22.	Canara Robeco Mutual Fund	12,539.58
23.	Edelweiss Mutual Fund	12,100.31
24.	HSBC Mutual Fund	10,999.27
25.	IDBI Mutual Fund	10,795.53

பல்வேறுவிதமான மியூட்சுவல் பண்டுகள் விவரத்திற்கு சில இணையதளங்கள் மற்றும் வலைதளங்கள்.

- www.policybazaar.com/mutual-funds/
- www.fundsindia.com/c/Solution-Oriented-Childrens-Fund/76
- www1.nse-india.com/products/content/debt/corp_bonds/cbm_tr.htm
- investica.com/mf/top-funds/best-sector-mutual-funds
- www.paisabazaar.com/mutual-funds/best-international-funds/
- www.fincash.com/l/best-sector-mutual-funds
- www.fincash.com/l/best-monthly-income-plan
- www.quora.com/Where-can-I-buy-mutual-fund-direct-plans-online-in-India
- www.fundsindia.com/c/Debt-Interval-Funds-Monthly/20
- www.moneycontrol.com/news/business/personal-finance/should-you-invest-in-solution-oriented-mutual-fund-schemes-2557727.html
- groww.in/blog/top-amc-asset-management-company-india-biggest/
- www.moneycontrol.com/mutual&funds/performance-tracker/returns/arbitrage-fund.html

பின் இணைப்பு - 4

அசெட் மேனேஜ்மெண்ட் கம்பெனிகளும் அவை நிர்வாகம் செய்யும்- அசெட்ஸ் அண்டர் மேனேஜ்மெண்ட் தொகைகளும்

Monthly Data for October 2019 (in Crore)

Scheme Name Sch	No.of Folios	No of Mobilized	Funds Redemption	Repurchase/	Net Inflow (+ve) /Outflow (-ve)	AUM	Avg Net assets under AUUM
A Open ended Schemes							
I Income/Debt Oriented Schemes							
1. Overnight Fund	27	39,939	1,57,484.93	1,51,736.84	5,748.08	19,643.56	22,328.13
2. Liquid Fund	40	17,12,649	12,32,416.37	11,39,213.41	93,202.96	4,83,822.79	5,19,827.68
3. Ultra Short Duration Fund	27	6,73,747	17,869.54	11,682.49	6,187.06	93,361.59	91,467.06
4. Low Duration Fund	26	9,36,065	10,178.55	7,104.27	3,074.28	87,918.27	85,903.09
5. Money Market Fund	19	3,30,069	15,657.32	9,044.94	6,612.38	71,107.24	67,652.31
6. Short Duration Fund	28	3,06,517	5,010.81	2,895.19	2,115.62	88,635.58	86,967.87
7. Medium Duration Fund	16	2,25,828	524.55	1,303.49	-778.94	31,679.65	32,046.75
8. Medium to Long Duration Fund	13	1,09,168	66.05	84.20	-18.15	9,990.96	9,945.94
9. Long Duration Fund	2	25,715	27.98	13.40	14.58	1,401.43	1,385.17
10. Dynamic Bond Fund	28	2,15,872	260.55	369.95	-109.40	18,847.08	18,854.89
11. Corporate Bond Fund	20	2,90,523	3,957.04	2,562.55	1,394.49	74,263.40	73,496.62
12. Credit Risk Fund	21	5,19,311	1,031.46	2,413.10	-1,381.63	65,124.40	65,560.48
13. Banking and PSU Fund	19	1,27,361	5,368.18	512.96	4,855.22	58,344.83	55,692.13
14. Gilt Fund	21	99,772	256.94	323.66	-66.71	8,719.56	8,715.09
15. Gilt Fund with 10 year constant duration	4	28,888	67.32	31.94	35.38	740.27	726.29
16. Floater Fund	7	1,47,846	3,059.12	2,804.43	254.69	31,174.87	30,241.83
Sub Total - I (1 to 16)	**318**	**57,89,270**	**14,53,236.71**	**13,32,096.82**	**1,21,139.89**	**11,44,775.47**	**11,70,811.34**

II Growth/Equity Oriented Schemes							
17. Multi Cap Fund	35	88,19,409	3,584.85	2,272.99	1,311.86	1,49,879.39	1,43,941.87
18. Large Cap Fund	30	93,24,250	3,644.34	2,462.09	1,182.25	1,49,939.34	1,44,652.92
19. Large - Mid Cap Fund	25	45,37,989	1,371.68	861.28	510.41	55,757.20	53,383.91
20. Mid Cap Fund	25	63,13,227	2,073.87	982.83	1,091.04	82,138.27	78,751.33
21. Small Cap Fund	21	50,83,689	1,329.80	651.59	678.21	47,843.08	46,024.07
22. Dividend Yield Fund	6	4,89,037	23.22	47.80	-24.58	4,624.36	4,480.61
23. Value Fund/Contra Fund	18	43,43,534	887.96	1,116.70	-228.74	57,066.78	55,292.04
24. Focused Fund	21	31,65,934	1,335.81	730.03	605.78	44,681.52	42,761.73
25. Sectoral/Thematic Funds	97	64,43,232	1,680.94	1,232.98	447.96	64,854.42	61,919.36
26. ELSS	44	1,18,18,692	1,141.83	689.62	452.20	98,354.14	93,899.28
Sub Total - II (17 to 26)	322	6,03,38,993	17,074.28	11,047.90	6,026.38	7,55,138.49	7,25,107.12
III Hybrid Schemes							
27. Conservative Hybrid Fund	21	4,14,214	61.63	319.74	-258.11	13,822.12	13,795.35
28. Bal Hybrid Fund/Aggressive Hybrid Fund	33	53,98,994	1,579.73	3,554.00	-1,974.26	1,40,239.05	1,38,101.04
29. Dynamic Asset Allocation/Bal Adv	21	25,44,720	2,035.62	1,688.02	347.60	96,110.41	93,854.02
30. Multi Asset Allocation	7	6,10,992	290.95	206.17	84.78	12,903.23	12,608.38
31. Arbitrage Fund	24	2,82,551	6,302.07	3,658.52	2,643.55	77,646.68	77,706.27
32. Equity Savings	23	3,57,261	109.45	638.61	-529.16	15,718.53	15,856.16
Sub Total - III (27 to 32)	**129**	**96,08,732**	**10,379.45**	**10,065.06**	**314.40**	**3,56,440.02**	**3,51,921.22**

IV Solution Oriented Schemes							
33. Retirement Fund	21	25,02,582	215.79	74.99	140.79	9,121.43	8,827.74
34. Childrens Fund	9	28,86,988	68.67	36.36	32.32	8,419.94	8,231.29
Sub Total - IV (33 to 34)	**30**	**53,89,570**	**284.46**	**111.35**	**173.11**	**17,541.36**	**17,059.02**
V Other Schemes							
35. Index Funds	30	3,92,641	958.49	179.01	779.47	7,622.61	6,906.95
36. GOLD ETF	12	3,77,008	42.02	73.47	-31.45	5,652.02	5,574.01
37. Other ETFs	72	13,88,446	10,926.93	5,020.80	5,906.12	1,58,963.41	1,50,896.15
38. Fund of funds investing overseas	29	1,40,552	53.19	24.48	28.71	2,339.77	2,286.47
Sub Total - V (35+36+37+38)	**143**	**22,98,647**	**11,980.63**	**5,297.77**	**6,682.86**	**1,74,577.81**	**1,65,663.59**
Total A-Open ended Schemes 24,30,562.30	**942**	**8,34,25,212**	**14,92,955.54**	**13,58,618.90**	**1,34,336.64**	**24,48,473.16**	
B Close Ended Schemes							
I Income/Debt Oriented Schemes							
i. Fixed Term Plan	737	8,69,731	173.94	556.33	-382.39	1,37,923.74	1,37,304.26
ii. Capital Protection Oriented Schemes #	34	1,25,542	45.39	323.32	-277.93	4,946.01	5,230.21
iii. Infrastructure Debt Fund	9	89	-	-	-	2,414.17	2,409.56
iv. Other Debt	37	87,655	-	102.91	-102.91	3,708.10	3,894.84
Sub Total (i to iv)	**817**	**10,83,017**	**219.32**	**982.55**	**-763.23**	**1,48,992.03**	**1,48,838.88**

II Growth/Equity Oriented Schemes							
i. ELSS	25	4,80,631	-	11.32	-11.32	4,336.96	4,173.31
ii. Others	96	12,63,848	-	0.08	-0.08	29,454.48	28,406.35
Sub Total (i+ii)	**121**	**17,44,479**	**-**	**11.40**	**-11.40**	**33,791.44**	**32,579.65**
III Other Schemes	-	-	-	-	-	-	-
Total B -Close ended Schemes	**938**	**28,27,496**	**219.32**	**993.95**	**-774.63**	**1,82,783.47**	**1,81,418.53**
C Interval Schemes							
I. Income/Debt Oriented Schemes	24	4,172	0.17	74.61	-74.44	1,567.81	1,631.34
II. Growth/Equity Oriented Schemes	-	-	-	5.67	-5.67	-	54.22
III. Other Schemes	-	-	-	-	-	-	-
Total C Interval Schemes	**24**	**4,172**	**0.17**	**80.28**	**-80.11**	**1,567.81**	**1,685.56**
Grand Total (A + B + C)	**1,904**	**8,62,56,880**	**14,93,175.04**	**13,59,693.13**	**1,33,481.91**	**26,32,824.43**	**26,13,666.39**
Fund of Funds Scheme (Domestic) **	## 43	5,12,179	764.11	109.44	654.66	8,881.50	8,433.32

Released on 08-Nov-2019 (based on Mrithul Agarwal's GROWW)

Note : ** Data in respect Fund of Funds Domestic is shown for information only. The same is included in the respective underlying schemes.

One new scheme launched - ICICI Prudential Global Advantage Fund

ஆசிரியரின் நூல்கள்

சுயமுன்னேற்றம்

1. இட்லியாக இருங்கள் - எமோஷனல் இன்டெலிஜென்ஸ்
2. எமோஷனல் இண்டெலிஜென்ஸ் 2.0
3. ரசவாதம்: ஏதிலும் பெரும் வெற்றி (NLP பற்றி)
4. தடையேதுமில்லை (சுயமுன்னேற்றக் கட்டுரைகள்)
5. உஷார் உள்ளே பார் (மனமும் சக்தியும்)
6. ஆல் தி பெஸ்ட் ! (நீங்கள் விரும்பும் வேலையை வென்றெடுப்பது எப்படி?)
7. தள்ளு (மோட்டிவேஷன்)
8. சின்னத் தூண்டில் பெரிய மீன்
9. சிறு துளி பெரும் பணம்
10. டீன் தரிகிட (பதின் பருவம்)
11. சொல்லாததையும் செய்!
12. மனதோடு ஒரு சிட்டிங்
13. இவ்வளவுதானா நீ?
14. முன்னேற்றம் இந்தப் பக்கம்
15. எல்லோரும் வல்லவரே
16. காதலில் இருந்து திருமணம் வரை
17. சிக்கனம் சேமிப்பு முதலீடு
18. நல்லதாக நாலு வார்த்தை
19. திட்டமிடுவோம் வெற்றிபெறுவோம்
20. அதிகாரம் அல்ல, அன்பு
21. உடல் மனம் புத்தி
22. யார் நீ?
23. உயர... உயர...
23. You vs You: *Everything you need to know about Emotional Intelligence*

பங்குச்சந்தை

1. அள்ள அள்ளப் பணம் 1 - பங்குச்சந்தை: அடிப்படைகள்
2. அள்ள அள்ளப் பணம் 2 - பங்குச்சந்தை: அனாலிசிஸ்
3. அள்ள அள்ளப் பணம் 3 - பங்குச்சந்தை: ஃபியூச்சர்ஸ் அண்ட் ஆப்ஷன்ஸ்
4. அள்ள அள்ளப் பணம் 4 - பங்குச்சந்தை: போர்ட்ஃபோலியோ முதலீடுகள்
5. அள்ள அள்ளப் பணம் 5 - பங்குச்சந்தை: டிரேடிங்
6. அள்ள அள்ளப் பணம் 6 - மியூச்சுவல் ஃபண்ட்
6. அள்ள அள்ளப் பணம் 7 - தங்கம்
7. அள்ள அள்ளப் பணம் 8 - இன்சூரன்ஸ்
8. அள்ள அள்ளப் பணம் 9 - கடன்
9. ஷேர் மார்க்கெட் சீக்ரெட்ஸ்
10. பங்கு சந்தை என்றால் என்ன
11. Bulls and Bears - *All about Shares*
12. ஷேர் பசார் சீக்ரெட்ஸ் (ஹிந்தி)

வியாபாரம்

1. நம்பர் 1 சேல்ஸ்மேன் (சிறந்த விற்பனையாளர் ஆவது எப்படி?)
2. பணமே ஓடி வா
3. தொட்டதெல்லாம் பொன்னாகும்
4. பணம், சில ரகசியங்கள்
5. பணம் சந்தேகங்கள் விளக்கங்கள்
6. நேர்மையாக சம்பாதிக்க இவ்வளவு வழிகளா!
7. எந்தத் தொழிலிலும் ஜெயிக்கலாம்

நிர்வாகம்

1. ஆளப்பிறந்தவர் நீங்கள் (தலைமைப் பண்புகள்)
2. காலம் உங்கள் காலடியில் (நேர நிர்வாகம்)
4. உலகம் உன் வசம் (கம்யூனிகேஷன்)
5. உறுதி மட்டுமே வேண்டும் (கமிட்மெண்ட்)
6. உறவுகள் மேம்பட *(Managing People)*
7. சிறந்த நிர்வாகி ஆவது எப்படி?
8. மேனேஜ்மென்ட் குரு கம்பன்
9. வீட்டுக் கணக்கு
10. நேரத்தை உரமாக்கு (காலம் உங்கள் காலடியில் - 2)
11. சிக்ஸர்: நிர்வாக உத்திகள்

பொருளாதாரம்

1. நாட்டுக் கணக்கு
2. நாட்டுக்கணக்கு - 2
3. அதிர்ந்த இந்தியா
4. அவசரம்- உடனடியாக செய்யவேண்டிய சமூக பொருளாதார மாற்றங்கள்

மாணவர்களுக்கு

1. மன அழுத்தம் விரட்டலாமா
2. இந்தமுறை நீதான்
3. நீங்கள் அசாதாரணமானவர்
4. You are Extraordinary
5. திட்டமிடுவோம் வெற்றிபெறுவோம்

மற்றவை

1. எங்குமிருப்பவர் (சாய் சரிதம்)
2. கே பாலசந்தர்- வேலை டிராமா சினிமா
3, நல்ல மனம் வாழ்க
4. மகிழ்ச்சியாக வாழுங்கள்
5. அப்பா, மகன் - நெருக்கமும் நெருடல்களும்

புதினம்

1. நெஞ்சமெல்லாம் நீ
2. பட்டாம்பூச்சிகளின் கண்ணாமூச்சி காலம்
3. ஜெமினி சர்க்கிள்

www.ingramcontent.com/pod-product-compliance
Lightning Source LLC
LaVergne TN
LVHW040751051026
849519LV00007BA/2512
* 9 7 8 9 3 5 1 3 5 0 3 9 2 *